# SÁCH NẤU TOÀN DIỆN JERUSALEM



100 công thức nấu ăn ngon từ trái tim của Trung Đông. Khám phá truyền thống ẩm thực phong phú và đa dạng của Jerusalem

Tiên Dương

# MỤC LỤC

## GIỚI THIỆU

Sách nấu toàn diện Jerusalem đưa bạn vào một cuộc hành trình ẩm thực đến trung tâm của Trung Đông, nơi bạn sẽ khám phá những hương vị phong phú và đa dạng của Jerusalem. Với 100 công thức nấu ăn đầy hương vị, cuốn sách nấu ăn này tôn vinh truyền thống ẩm thực của thành phố, từ thức ăn đường phố đến các bữa ăn nấu tại nhà.

Mỗi công thức được đi kèm với một hình ảnh đầy màu sắc, giới thiệu các món ăn rực rỡ và đầy màu sắc vốn là đặc trưng của ẩm thực Jerusalem. Với 100 hình ảnh màu, mỗi hình ảnh cho một công thức, bạn sẽ có thể thấy được vẻ đẹp và sự phức tạp của từng món ăn cũng như cách chúng được trình bày.

Các công thức nấu ăn trong Sách nấu toàn diện jerusalem phản ánh di sản đa văn hóa của thành phố, chịu ảnh hưởng từ các truyền thống Do Thái, Ả Rập và Cơ đốc giáo. Từ đĩa mezze và món hầm thịnh soạn đến bánh ngọt và mặn, cuốn sách nấu ăn này có thứ gì đó dành cho tất cả mọi người.

Bạn cũng sẽ tìm thấy công thức nấu các món ăn truyền thống của Palestine như maqluba và musakhan, cũng như các món ăn phổ biến của Israel như falafel và shakshuka. Jerusalem Cookbook cũng bao gồm một phần về hỗn hợp gia vị và gia vị cần thiết cho ẩm thực của Jerusalem, chẳng hạn như za'atar và tahini.

Ngoài các công thức nấu ăn, Sách nấu toàn diện jerusalem còn mang đến cái nhìn thoáng qua về văn hóa ẩm thực sôi động của thành phố, với những câu chuyện và giai thoại của người dân địa phương và các chuyên gia ẩm thực. Cho dù bạn là một đầu bếp có kinh nghiệm hay một người mới vào bếp, cuốn sách nấu ăn này sẽ đưa bạn đến các đường phố của Jerusalem và truyền cảm hứng cho bạn khám phá các món ăn ngon và đa dạng của nó

# RAU

## 1. Khoai Lang Nướng & Sung Tươi

Làm cho: 4

**THÀNH PHẦN**

- 4 củ khoai lang nhỏ (tổng cộng 2¼ lb / 1 kg)
- 5 muỗng canh dầu ô liu
- 3 muỗng canh / 40 ml giấm balsamic (bạn có thể sử dụng loại thương mại thay vì loại lâu năm cao cấp)
- 1½ muỗng canh / 20 g đường siêu mịn
- 12 củ hành lá, cắt đôi theo chiều dọc và cắt thành các đoạn 1½ inch / 4cm
- 1 quả ớt đỏ, thái lát mỏng
- 6 quả sung chín (tổng cộng 8½ oz / 240 g), cắt làm tư
- 5 oz / 150 g phô mai sữa dê mềm (tùy chọn)
- Muối biển Maldon và hạt tiêu đen mới xay

**HƯỚNG DẪN**

a) Làm nóng lò ở nhiệt độ 475°F / 240°C.

b) Khoai lang rửa sạch, bổ đôi theo chiều dọc, sau đó cắt từng nửa tương tự thành 3 miếng dài. Trộn với 3 muỗng canh dầu ô liu, 2 muỗng cà phê muối và một ít hạt tiêu đen. Trải các miếng nêm ra, mặt da úp xuống, trên khay nướng và nấu trong khoảng 25 phút, cho đến khi mềm nhưng không bị nhão. Lấy ra khỏi lò và để nguội.

c) Để làm giảm balsamic, đặt giấm balsamic và đường vào một cái chảo nhỏ. Đun sôi, sau đó giảm nhiệt và đun nhỏ lửa trong 2 đến 4 phút cho đến khi đặc lại. Đảm bảo nhấc chảo ra khỏi bếp khi giấm vẫn còn lỏng hơn mật ong; nó sẽ tiếp tục đặc lại khi nó nguội đi. Khuấy một giọt nước trước khi dùng nếu nó trở nên quá đặc để mưa phùn.

d) Sắp xếp khoai lang lên đĩa phục vụ. Đun nóng dầu còn lại trong chảo vừa trên lửa vừa và thêm hành lá và ớt. Chiên trong 4 đến 5 phút, khuấy thường xuyên để đảm bảo ớt không bị cháy. Thìa dầu, hành tây và ớt trên khoai lang. Chấm những quả sung vào giữa các miếng nêm và sau đó rưới lên lớp balsamic đã khử. Phục vụ ở nhiệt độ phòng. Bẻ vụn pho mát lên trên, nếu sử dụng.

## 2. Na'ama's fattoush

Làm cho: 6

**THÀNH PHẦN**

- 1 cốc / 200 g sữa chua Hy Lạp và ¾ cốc cộng với 2 muỗng canh / 200 ml sữa nguyên kem, hoặc 1⅔ cốc / 400 ml sữa tách bơ (thay thế cả sữa chua và sữa)
- 2 bánh mì dẹt Thổ Nhĩ Kỳ hoặc naan lớn đã cũ (tổng cộng 9 oz / 250 g)
- 3 quả cà chua lớn (tổng cộng 13 oz / 380 g), cắt thành xúc xắc ⅔-inch / 1,5 cm
- 3½ oz / 100 g củ cải, thái lát mỏng
- 3 quả dưa chuột Li-băng hoặc loại nhỏ (tổng cộng 9 oz / 250 g), gọt vỏ và cắt thành viên xúc xắc ⅔-inch / 1,5 cm
- 2 củ hành xanh, thái lát mỏng
- ½ oz / 15 g bạc hà tươi
- 1 oz / 25 g rau mùi tây lá phẳng, thái nhỏ
- 1 muỗng canh bạc hà khô
- 2 tép tỏi, nghiền nát
- 3 muỗng canh nước cốt chanh tươi
- ¼ cốc / 60 ml dầu ô liu, cộng thêm khi mưa phùn
- 2 muỗng canh rượu táo hoặc giấm rượu vang trắng
- ¾ muỗng cà phê tiêu đen mới xay
- 1½ muỗng cà phê muối
- 1 muỗng canh sumac hoặc nhiều hơn để nếm, để trang trí

**HƯỚNG DẪN**

a) Nếu sử dụng sữa chua và sữa, hãy bắt đầu trước ít nhất 3 giờ và tối đa một ngày bằng cách cho cả hai vào bát. Đánh đều và để ở nơi thoáng mát hoặc trong tủ lạnh cho đến khi nổi bong bóng trên bề mặt. Những gì bạn nhận được là một loại bơ sữa tự làm, nhưng ít chua hơn.

b) Xé bánh mì thành từng miếng vừa ăn và cho vào tô trộn lớn. Thêm hỗn hợp sữa chua lên men hoặc bơ sữa thương mại của bạn, tiếp theo là các thành phần còn lại, trộn đều và để trong 10 phút cho tất cả các hương vị kết hợp.

c) Múc mỡ vào bát phục vụ, rưới một ít dầu ô liu và trang trí hào phóng với cây sơn thù du.

## 3. Salad cải bó xôi non với chà là và hạnh nhân

Làm cho: 4

**THÀNH PHẦN**

- 1 muỗng canh giấm rượu trắng
- ½ củ hành đỏ vừa, thái lát mỏng
- 3½ oz / 100 g quả chà là Medjool đã gọt vỏ, bổ đôi theo chiều dọc
- 2 muỗng canh / 30 g bơ lạt
- 2 muỗng canh dầu ô liu
- 2 quả pita nhỏ, khoảng 3½ oz / 100 g, xé thành từng miếng 1½ inch / 4 cm
- ½ cốc / 75 g hạnh nhân nguyên hạt không ướp muối, cắt nhỏ
- 2 thìa cà phê sumac
- ½ muỗng cà phê ớt mảnh
- 5 oz / 150 g lá cải bó xôi non
- 2 muỗng canh nước cốt chanh tươi
- muối

**HƯỚNG DẪN**

a) Cho giấm, hành tây và chà là vào một cái bát nhỏ. Thêm một chút muối và trộn đều tay. Để ướp trong 20 phút, sau đó chắt hết giấm còn sót lại và loại bỏ.

b) Trong khi đó, đun nóng bơ và một nửa lượng dầu ô liu trong chảo vừa trên lửa vừa. Thêm pita và hạnh nhân và nấu trong 4 đến 6 phút, khuấy liên tục cho đến khi pita giòn và có màu vàng nâu. Tắt bếp và trộn thêm cây thù du, ớt mảnh và ¼ thìa cà phê muối. Đặt sang một bên để làm mát.

c) Khi bạn đã sẵn sàng phục vụ, hãy ném lá rau bina với hỗn hợp pita vào một bát trộn lớn. Thêm chà là và hành tím, dầu ô liu còn lại, nước cốt chanh và một chút muối khác. Nêm nếm gia vị và dùng ngay.

## 4. Cà tím rang mỡ hành

Làm cho: 4

**THÀNH PHẦN**

- 2 quả cà tím lớn, bổ đôi theo chiều dọc còn cuống (tổng cộng khoảng 1⅔ lb / 750 g)
- ⅔ chén / 150 ml dầu ô liu
- 4 củ hành tây (tổng cộng khoảng 1¼ lb / 550 g), thái lát mỏng
- 1½ quả ớt xanh
- 1½ muỗng cà phê thì là
- 1 muỗng cà phê sumac
- 1¾ oz / 50 g pho mát feta, chia thành những miếng lớn
- 1 quả chanh vừa
- 1 tép tỏi, nghiền nát
- muối và hạt tiêu đen mới xay

**HƯỚNG DẪN**

a) Làm nóng lò ở nhiệt độ 425°F / 220°C.

b) Đánh dấu mặt cắt của mỗi quả cà tím bằng một đường chéo. Chải các mặt đã cắt với 6½ muỗng canh / 100 ml dầu và rắc thêm muối và tiêu. Đặt lên một tấm nướng, cắt mặt và nướng trong lò khoảng 45 phút, cho đến khi thịt có màu nâu vàng và chín hoàn toàn.

c) Trong khi cà tím đang rang, thêm dầu còn lại vào chảo lớn và đặt trên lửa lớn. Thêm hành tây và ½ muỗng cà phê muối và nấu trong 8 phút, khuấy thường xuyên để các phần của hành tây có màu sẫm và giòn. Bỏ hạt và cắt nhỏ ớt, để nguyên một quả riêng biệt với một nửa. Thêm thì là xay, cây thù du và toàn bộ ớt cắt nhỏ và nấu thêm 2 phút trước khi thêm feta. Nấu trong phút cuối cùng, không khuấy nhiều, sau đó bắc ra khỏi bếp.

d) Sử dụng một con dao răng cưa nhỏ để loại bỏ vỏ và lõi của quả chanh. Băm nhỏ thịt, loại bỏ hạt, cho thịt và nước ép vào bát cùng với ½ ớt còn lại và tỏi.

e) Bày món ăn ra đĩa ngay khi cà tím đã sẵn sàng. Chuyển các nửa đã rang sang đĩa phục vụ và rưới nước sốt chanh lên thịt. Làm nóng hành tây một chút và dùng thìa đảo qua. Phục vụ ấm hoặc đặt sang một bên để đến nhiệt độ phòng.

## 5. Bí đỏ nướng với za'atar

Làm cho: 4

**THÀNH PHẦN**

- 1 quả bí bơ lớn (tổng cộng 2½ lb / 1,1 kg), cắt thành miếng nêm ¾ x 2½ inch / 2 x 6 cm
- 2 củ hành đỏ, cắt thành miếng nêm 1¼-inch / 3cm
- 3½ muỗng canh / 50 ml dầu ô liu
- 3½ muỗng canh bột tahini nhẹ
- 1½ muỗng canh nước cốt chanh
- 2 muỗng canh nước
- 1 tép tỏi nhỏ, nghiền nát
- 3½ muỗng canh / 30 g hạt thông
- 1 muỗng canh za'atar
- 1 muỗng canh rau mùi tây lá phẳng xắt nhỏ
- Muối biển Maldon và hạt tiêu đen mới xay

**HƯỚNG DẪN**

a) Làm nóng lò ở nhiệt độ 475°F / 240°C.

b) Cho bí và hành tây vào một bát trộn lớn, thêm 3 thìa dầu ăn, 1 thìa muối và một ít tiêu đen vào trộn đều. Trải lên khay nướng với phần da úp xuống và nướng trong lò từ 30 đến 40 phút, cho đến khi rau củ ngả màu và chín hẳn. Để ý hành tây vì chúng có thể nấu nhanh hơn bí và cần được loại bỏ sớm hơn. Lấy ra khỏi lò và để nguội.

c) Để làm nước sốt, cho tahini vào một cái bát nhỏ cùng với nước cốt chanh, nước, tỏi và ¼ thìa cà phê muối. Đánh đều cho đến khi nước sốt sánh như mật ong, thêm nước hoặc tahini nếu cần.

d) Đổ 1½ muỗng cà phê dầu còn lại vào chảo nhỏ và đặt trên lửa vừa và thấp. Thêm hạt thông cùng với ½ muỗng cà phê muối và nấu trong 2 phút, khuấy thường xuyên cho đến khi hạt có màu vàng nâu. Tắt bếp và chuyển các loại hạt và dầu vào một cái bát nhỏ để ngừng nấu.

e) Để phục vụ, trải rau ra đĩa lớn và rưới lên tahini. Rắc hạt thông và dầu của chúng lên trên, tiếp theo là za'atar và rau mùi tây.

## 6. Fava Bean Kuku

Làm cho: 6

**THÀNH PHẦN**

- 1 lb / 500 g đậu fava, tươi hoặc đông lạnh
- 5 muỗng canh / 75 ml nước sôi
- 2 muỗng canh đường siêu mịn
- 5 muỗng canh / 45 g dâu tây khô
- 3 muỗng canh kem nặng
- ¼ muỗng cà phê sợi nghệ tây
- 2 muỗng canh nước lạnh
- 5 muỗng canh dầu ô liu
- 2 củ hành vừa, thái nhỏ
- 4 tép tỏi, đập dập
- 7 quả trứng thả rông cỡ lớn
- 1 muỗng canh bột mì đa dụng
- ½ muỗng cà phê bột nở
- 1 chén / 30 g thì là, xắt nhỏ
- ½ cốc / 15 g bạc hà, xắt nhỏ
- muối và hạt tiêu đen mới xay

**HƯỚNG DẪN**

a) Làm nóng lò ở 350°F / 180°C. Cho đậu fava vào chảo với nhiều nước sôi. Đun nhỏ lửa trong 1 phút, để ráo nước, làm mới dưới vòi nước lạnh và đặt sang một bên.

b) Đổ 5 muỗng canh / 75 ml nước sôi vào tô vừa, thêm đường và khuấy tan. Khi xi-rô này đã nguội, thêm dâu tây và để chúng trong khoảng 10 phút, sau đó để ráo nước.

c) Đun sôi kem, nghệ tây và nước lạnh trong một cái nồi nhỏ. Ngay lập tức tắt bếp và để trong 30 phút cho ngấm.

d) Đun nóng 3 muỗng canh dầu ô liu trên lửa vừa trong chảo chống dính 10 inch / 25 cm, có nắp đậy. Thêm hành tây và nấu trong khoảng 4 phút, thỉnh thoảng khuấy, sau đó thêm tỏi và nấu và khuấy thêm 2 phút nữa. Khuấy đậu fava và đặt sang một bên.

e) Đánh trứng thật kỹ trong một bát trộn lớn cho đến khi sủi bọt. Thêm bột mì, bột nở, kem nghệ tây, rau thơm, 1½ thìa cà phê muối và ½ thìa cà phê tiêu vào và đánh đều. Cuối cùng, cho dâu tây, đậu fava và hỗn hợp hành tây vào khuấy đều.
f) Lau sạch chảo, thêm dầu ô liu còn lại và đặt vào lò nướng trong 10 phút để làm nóng tốt. Đổ hỗn hợp trứng vào chảo nóng, đậy nắp và nướng trong 15 phút. Tháo nắp và nướng thêm 20 đến 25 phút nữa, cho đến khi trứng vừa chín. Lấy ra khỏi lò và để yên trong 5 phút, trước khi đảo ngược lên đĩa phục vụ. Thưởng thức khi còn nóng hoặc ở nhiệt độ phòng.

Atisô thô & Salad thảo mộc

## 7. Salad rau atisô sống

Làm cho: 2

## THÀNH PHẦN

- 2 hoặc 3 bông atisô lớn (tổng cộng 1½ lb / 700 g)
- 3 muỗng canh nước cốt chanh tươi
- 4 muỗng canh dầu ô liu
- 2 cốc / 40 g rau xà lách
- ½ cốc / 15 g lá bạc hà xé nhỏ
- ½ chén / 15 g lá ngò xé
- 1 oz / 30 g phô mai pecorino toscano hoặc romano, cạo mỏng
- Muối biển Maldon và hạt tiêu đen mới xay

## HƯỚNG DẪN

a) Chuẩn bị một bát nước pha với nước cốt nửa quả chanh. Loại bỏ cuống của 1 bông atisô và loại bỏ những chiếc lá cứng bên ngoài. Khi bạn chạm đến những chiếc lá mềm, nhạt màu, hãy dùng một con dao lớn, sắc bén để cắt ngang bông hoa sao cho bạn còn lại phần tư phía dưới. Sử dụng một con dao nhỏ, sắc hoặc dụng cụ gọt vỏ rau để loại bỏ các lớp bên ngoài của atisô cho đến khi phần đế hoặc đáy lộ ra. Cạo "sặc" đầy lông và cho phần đế vào nước có tính axit. Loại bỏ phần còn lại, sau đó lặp lại với (các) atisô khác.

b) Để ráo atisô và lau khô bằng khăn giấy. Sử dụng một con mandoline hoặc một con dao lớn, sắc bén, cắt atisô thành những lát mỏng như tờ giấy và chuyển vào một bát trộn lớn. Vắt nốt phần nước cốt chanh còn lại, thêm dầu ô liu và trộn đều. Bạn có thể để atisô trong vài giờ nếu muốn, ở nhiệt độ phòng. Khi đã sẵn sàng phục vụ, thêm rau arugula, bạc hà và rau mùi vào atisô và nêm với ¼ muỗng cà phê muối và nhiều hạt tiêu đen mới xay.

c) Quăng nhẹ nhàng và sắp xếp trên đĩa phục vụ. Trang trí với phoi pecorino.

## 8. Salad đậu tổng hợp

Làm cho: 4

**THÀNH PHẦN**

- 10 oz / 280 g đậu vàng đã tách hạt (nếu không có thì cho gấp đôi lượng đậu xanh)
- 10 oz / 280 g đậu xanh đã cắt tỉa
- 2 quả ớt đỏ, cắt thành dải ¼-inch / 0,5cm
- 3 muỗng canh dầu ô liu, cộng với 1 muỗng cà phê cho ớt
- 3 tép tỏi, thái lát mỏng
- 6 muỗng canh / 50 g nụ bạch hoa, rửa sạch và lau khô
- 1 muỗng cà phê hạt thì là
- 2 muỗng cà phê hạt rau mùi
- 4 củ hành xanh, thái lát mỏng
- ⅓ cốc / 10 g ngải giấm, thái nhỏ
- ⅔ cốc / 20 g lá rau răm đã hái (hoặc hỗn hợp thì là và rau mùi tây thái nhỏ)
- nạo vỏ của 1 quả chanh
- muối và hạt tiêu đen mới xay

**HƯỚNG DẪN**

a) Làm nóng lò ở nhiệt độ 450°F / 220°C.

b) Đun sôi một chảo lớn với nhiều nước và thêm đậu vàng. Sau 1 phút, thêm đậu xanh và nấu thêm 4 phút nữa hoặc cho đến khi đậu chín nhưng vẫn giòn. Làm mới dưới vòi nước đá lạnh, để ráo nước, lau khô và cho vào tô trộn lớn.

c) Trong khi đó, cho ớt vào 1 thìa cà phê dầu, phết lên khay nướng và cho vào lò nướng trong 5 phút hoặc cho đến khi mềm. Lấy ra khỏi lò và thêm vào bát với đậu đã nấu chín.

d) Đun nóng 3 muỗng canh dầu ô liu trong một cái chảo nhỏ. Thêm tỏi và nấu trong 20 giây; thêm nụ bạch hoa (cẩn thận, chúng nhổ!) Và chiên thêm 15 giây nữa. Thêm thì là và hạt rau mùi và tiếp tục chiên thêm 15 giây nữa. Bây giờ tỏi đã chuyển sang màu vàng. Tắt bếp và đổ ngay lượng chứa trong chảo lên đậu. Đảo đều và thêm hành lá, rau thơm, vỏ chanh, ¼ muỗng cà phê muối và tiêu đen.

e) Phục vụ, hoặc giữ lạnh trong tối đa một ngày. Chỉ cần nhớ đưa trở lại nhiệt độ phòng trước khi phục vụ.

## 9. Thịt viên chanh tỏi tây

Thực hiện: 4 NHƯ NGƯỜI BẮT ĐẦU

**THÀNH PHẦN**

- 6 củ tỏi tây cắt nhỏ (tổng cộng khoảng 1¾ lb / 800 g)
- 9 oz / 250 g thịt bò xay
- 1 cốc / 90 g vụn bánh mì
- 2 quả trứng thả rông lớn
- 2 muỗng canh dầu hướng dương
- ¾ đến 1¼ cốc / 200 đến 300 ml nước dùng gà
- ⅓ cốc / 80 ml nước cốt chanh mới vắt (khoảng 2 quả chanh)
- ⅓ cốc / 80 g sữa chua Hy Lạp
- 1 muỗng canh rau mùi tây lá phẳng thái nhỏ
- muối và hạt tiêu đen mới xay

**HƯỚNG DẪN**

a) Cắt tỏi tây thành lát ¾ inch / 2cm và hấp trong khoảng 20 phút cho đến khi mềm hoàn toàn. Xả và để nguội, sau đó vắt hết nước còn sót lại bằng khăn trà. Chế biến tỏi tây trong máy xay thực phẩm bằng cách đập vài lần cho đến khi thái nhỏ nhưng không bị nhũn. Cho tỏi tây vào một bát trộn lớn, cùng với thịt, vụn bánh mì, trứng, 1¼ thìa cà phê muối và 1 thìa cà phê tiêu đen. Tạo hỗn hợp thành những miếng chả phẳng, có kích thước khoảng 2¾ x ¾ inch / 7 x 2 cm—điều này sẽ tạo ra 8. Làm lạnh trong 30 phút.

b) Đun nóng dầu trên lửa vừa và cao trong một cái chảo lớn, đáy nặng mà bạn có nắp đậy. Nướng chả cả hai mặt cho đến khi vàng nâu; điều này có thể được thực hiện theo đợt nếu cần thiết.

c) Lau sạch chảo bằng khăn giấy rồi xếp thịt viên xuống đáy, hơi chồng lên nhau nếu cần. Đổ lượng nước dùng vừa đủ nhưng không ngập hết miếng chả. Thêm nước cốt chanh và ½ muỗng cà phê muối. Đun sôi, sau đó đậy nắp và đun nhỏ lửa trong 30 phút. Tháo nắp và nấu thêm vài phút nữa, nếu cần, cho đến khi gần như toàn bộ chất lỏng bay hơi. Lấy chảo ra khỏi bếp và đặt sang một bên để nguội.

d) Phục vụ thịt viên vừa ấm hoặc ở nhiệt độ phòng, với một ít sữa chua và rắc mùi tây.

## 10. xà lách su hào

Làm cho: 4

## THÀNH PHẦN

- 3 củ su hào vừa (tổng cộng 1⅔ lb / 750 g)
- ⅓ cốc / 80 g sữa chua Hy Lạp
- 5 muỗng canh / 70 g kem chua
- 3 muỗng canh phô mai mascarpone
- 1 tép tỏi nhỏ, nghiền nát
- 1½ muỗng cà phê nước cốt chanh mới vắt
- 1 muỗng canh dầu ô liu
- 2 muỗng canh bạc hà tươi thái nhỏ
- 1 thìa bạc hà khô
- khoảng 12 nhánh/20 g cải xoong baby
- ¼ muỗng cà phê sumac
- muối và hạt tiêu trắng

## HƯỚNG DẪN

a) Gọt vỏ su hào, cắt thành hạt xúc xắc ⅔-inch / 1,5 cm và cho vào một bát trộn lớn. Đặt sang một bên và làm băng.

b) Cho sữa chua, kem chua, mascarpone, tỏi, nước cốt chanh và dầu ô liu vào một bát vừa. Thêm ¼ muỗng cà phê muối và một ít hạt tiêu xay và đánh cho đến khi mịn. Thêm nước sốt vào su hào, tiếp theo là bạc hà tươi và khô và một nửa cải xoong.

c) Nhẹ nhàng khuấy, sau đó đặt trên một món ăn phục vụ. Rắc cải xoong còn lại lên trên và rắc sumac.

## 11. Rau củ hầm với labneh

Làm cho: 6

**THÀNH PHẦN**

- 3 củ cải vừa (tổng cộng 1 lb / 450 g)
- 2 củ cà rốt vừa (tổng cộng 9 oz / 250 g)
- ½ củ cần tây (tổng cộng 10 oz / 300 g)
- 1 củ su hào vừa (tổng cộng 9 oz / 250 g)
- 4 muỗng canh nước cốt chanh tươi
- 4 muỗng canh dầu ô liu
- 3 muỗng canh giấm sherry
- 2 muỗng cà phê đường siêu mịn
- ¾ chén / 25 g lá rau mùi, thái nhỏ
- ¾ cốc / 25 g lá bạc hà, cắt nhỏ
- ⅔ cốc / 20 g lá mùi tây phẳng, thái nhỏ
- ½ muỗng canh vỏ chanh nạo
- 1 cốc / 200 g labneh (mua tại cửa hàng hoặcxem công thức)
- muối và hạt tiêu đen mới xay
- Gọt vỏ tất cả các loại rau và cắt lát mỏng, khoảng 1/16 ớt cay nhỏ, thái nhỏ

**HƯỚNG DẪN**

a) Cho nước cốt chanh, dầu ô liu, giấm, đường và 1 thìa cà phê muối vào một cái chảo nhỏ. Đun nhỏ lửa và khuấy đều cho đến khi đường và muối tan hết. Loại bỏ nhiệt.

b) Xả các dải rau và chuyển sang khăn giấy để làm khô tốt. Lau khô bát và thay rau. Đổ nước sốt nóng lên rau, trộn đều và để nguội. Đặt trong tủ lạnh ít nhất 45 phút.

c) Khi đã sẵn sàng phục vụ, thêm rau thơm, vỏ chanh và 1 thìa cà phê tiêu đen vào món salad. Đảo đều, nếm thử và thêm muối nếu cần. Đổ ra đĩa phục vụ và phục vụ với một ít labneh ở bên cạnh.

## 12. Cà chua xào tỏi

Làm cho: 2 đến 4

## THÀNH PHẦN

- 3 tép tỏi lớn, nghiền nát
- ½ quả ớt nhỏ, thái nhỏ
- 2 muỗng canh rau mùi tây lá phẳng
- 3 quả cà chua lớn, chín nhưng chắc (tổng cộng khoảng 1 lb / 450 g)
- 2 muỗng canh dầu ô liu
- Muối biển Maldon và hạt tiêu đen mới xay
- bánh mì mộc mạc, để phục vụ

## HƯỚNG DẪN

a) Trộn tỏi, ớt và rau mùi tây xắt nhỏ trong một bát nhỏ và đặt sang một bên. Đầu và đuôi cà chua và cắt dọc thành những lát dày khoảng ⅔ inch / 1,5 cm.

b) Đun nóng dầu trong chảo lớn trên lửa vừa. Thêm các lát cà chua, nêm muối và hạt tiêu, nấu trong khoảng 1 phút rồi lật mặt, nêm lại muối và tiêu rồi rắc hỗn hợp tỏi lên. Tiếp tục nấu trong khoảng một phút nữa, thỉnh thoảng lắc chảo, sau đó lật lại các lát và nấu thêm vài giây nữa, cho đến khi mềm nhưng không bị nhão.

c) Lật cà chua ra đĩa phục vụ, rưới nước ép từ chảo lên trên và dùng ngay cùng với bánh mì.

## 13. Củ dền xay nhuyễn với sữa chua & za'atar

Làm cho: 6

**THÀNH PHẦN**

- 2 lb / 900 g củ cải vừa (tổng cộng khoảng 1 lb / 500 g sau khi nấu và gọt vỏ)
- 2 tép tỏi, nghiền nát
- 1 quả ớt đỏ nhỏ, bỏ hạt và thái nhỏ
- tròn 1 cốc / 250 g sữa chua Hy Lạp
- 1½ muỗng canh xi-rô chà là
- 3 muỗng canh dầu ô liu, cộng thêm để hoàn thành món ăn
- 1 muỗng canh za'atar
- muối
- ĐỂ TRANG TRÍ
- 2 củ hành xanh, thái lát mỏng
- 2 muỗng canh / 15 g quả phỉ nướng, nghiền thô
- 2 oz / 60 g phô mai sữa dê mềm, vụn

**HƯỚNG DẪN**

a) Làm nóng lò ở 400°F / 200°C.

b) Rửa sạch củ cải và cho vào chảo rang. Đặt chúng vào lò nướng và nấu, không đậy nắp, cho đến khi một con dao trượt dễ dàng vào giữa, khoảng 1 giờ. Khi chúng đủ nguội để xử lý, hãy gọt vỏ củ cải và cắt từng củ thành khoảng 6 miếng. Để nguội.

c) Cho củ cải đường, tỏi, ớt và sữa chua vào máy xay thực phẩm và trộn thành hỗn hợp nhuyễn. Chuyển sang một bát trộn lớn và khuấy xi-rô chà là, dầu ô liu, za'atar và 1 thìa cà phê muối. Hương vị và thêm nhiều muối nếu bạn thích.

d) Chuyển hỗn hợp vào đĩa phục vụ bằng phẳng và dùng mặt sau của thìa để phết hỗn hợp xung quanh đĩa. Rải hành lá, quả phỉ và phô mai lên trên và cuối cùng rưới một chút dầu lên trên. Phục vụ ở nhiệt độ phòng.

## 14. món rán củ cải Thụy Sĩ

Thực hiện: 4 NHƯ NGƯỜI BẮT ĐẦU

**THÀNH PHẦN**

- 14 oz / 400 g lá củ cải Thụy Sĩ, đã loại bỏ cuống trắng
- 1 oz / 30 g mùi tây lá phẳng
- ⅔ oz / 20 g ngò
- ⅔ oz / 20 g thì là
- 1½ muỗng cà phê hạt nhục đậu khấu
- ½ muỗng cà phê đường
- 3 muỗng canh bột mì đa dụng
- 2 tép tỏi, nghiền nát
- 2 quả trứng thả rông lớn
- 3 oz / 80 g phô mai feta, bẻ thành từng miếng nhỏ
- 4 muỗng canh / 60 ml dầu ô liu
- 1 quả chanh, cắt thành 4 nêm
- muối và hạt tiêu đen mới xay

**HƯỚNG DẪN**

a) Đun sôi một chảo nước muối lớn, thêm củ cải và đun nhỏ lửa trong 5 phút. Xả lá và vắt kỹ cho đến khi khô hoàn toàn. Cho vào máy xay thực phẩm cùng với các loại thảo mộc, nhục đậu khấu, đường, bột mì, tỏi, trứng, ¼ muỗng cà phê muối và một ít hạt tiêu đen. Xay cho đến khi mịn và sau đó gấp feta qua hỗn hợp bằng tay.

b) Đổ 1 muỗng canh dầu vào chảo vừa. Đặt trên lửa vừa và cao và múc một thìa hỗn hợp cho mỗi lần rán. Nhấn nhẹ xuống để có một miếng rán rộng 2¾ inch / 7 cm và dày ⅜ inch / 1 cm. Bạn sẽ có thể vừa với khoảng 3 rán cùng một lúc. Nấu các món rán tổng cộng trong 3 đến 4 phút, lật một lần cho đến khi chúng có một số màu.

c) Chuyển sang khăn giấy, sau đó giữ ấm từng mẻ trong khi bạn nấu hỗn hợp còn lại, thêm dầu còn lại nếu cần. Phục vụ cùng một lúc với nêm chanh.

## 15. Đậu xanh tẩm gia vị & Salad rau củ

Làm cho: 4

## THÀNH PHẦN

- ½ chén / 100 g đậu xanh khô
- 1 muỗng cà phê muối nở
- 2 quả dưa chuột nhỏ (tổng cộng 10 oz / 280 g)
- 2 quả cà chua lớn (tổng cộng 10½ oz / 300 g)
- 8½ oz / 240 g củ cải
- 1 quả ớt đỏ, bỏ hạt và xương sườn
- 1 củ hành tím nhỏ, bóc vỏ
- ⅔ oz / 20 g lá và thân rau mùi, thái nhỏ
- ½ oz / 15 g mùi tây lá phẳng, thái nhỏ
- 6 muỗng canh / 90 ml dầu ô liu
- nạo vỏ của 1 quả chanh, cộng với 2 muỗng canh nước cốt
- 1½ muỗng canh giấm sherry
- 1 tép tỏi, nghiền nát
- 1 muỗng cà phê đường siêu mịn
- 1 muỗng cà phê bạch đậu khấu
- 1½ muỗng cà phê tiêu xay
- 1 muỗng cà phê thì là
- Sữa chua Hy Lạp (tùy chọn)
- muối và hạt tiêu đen mới xay

## HƯỚNG DẪN

a) Ngâm đậu xanh khô qua đêm trong một bát lớn với nhiều nước lạnh và baking soda. Ngày hôm sau, để ráo nước, cho vào một cái chảo lớn và đổ nước ngập gấp đôi lượng đậu xanh. Đun sôi và để nhỏ lửa, hớt bọt trong khoảng một giờ, cho đến khi mềm hoàn toàn, sau đó để ráo nước.

b) Cắt dưa chuột, cà chua, củ cải và hạt tiêu thành hạt xúc xắc ⅔-inch / 1,5cm; cắt hành tây thành xúc xắc ¼-inch / 0,5 cm. Trộn tất cả mọi thứ lại với nhau trong một cái bát với ngò và mùi tây.

c) Trong lọ hoặc hộp có thể bịt kín, trộn 5 muỗng canh / 75 ml dầu ô liu, nước cốt chanh và vỏ, giấm, tỏi và đường rồi trộn đều để tạo thành nước xốt, sau đó nêm muối và tiêu cho vừa ăn. Đổ nước sốt lên món salad và trộn nhẹ.

d) Trộn bạch đậu khấu, hạt tiêu, thìa là và ¼ thìa cà phê muối rồi bày ra đĩa. Quăng đậu gà đã nấu chín vào hỗn hợp gia vị theo một vài mẻ để phủ đều. Đun nóng dầu ô liu còn lại trong chảo trên lửa vừa và chiên nhẹ đậu xanh trong 2 đến 3 phút, lắc nhẹ chảo để chúng chín đều và không bị dính. Giữ ấm.

e) Chia salad ra bốn đĩa, xếp thành hình tròn lớn và múc đậu gà đã ướp gia vị còn ấm lên trên, giữ cho mép salad được trong. Bạn có thể rưới một ít sữa chua Hy Lạp lên trên để món salad có vị béo ngậy.

## 16. Cà tím Chermoula với Bulgur & Sữa chua

Thực hiện: 4 NHƯ MỘT KHÓA HỌC CHÍNH

**THÀNH PHẦN**

- 2 tép tỏi, nghiền nát
- 2 muỗng cà phê thì là
- 2 muỗng cà phê rau mùi
- 1 muỗng cà phê ớt mảnh
- 1 muỗng cà phê ớt bột ngọt
- 2 muỗng canh vỏ chanh được bảo quản thái nhỏ (mua ở cửa hàng hoặcxem công thức)
- ⅔ cốc / 140 ml dầu ô liu, cộng thêm để hoàn thành
- 2 quả cà tím vừa
- 1 cốc / 150 g bulgur mịn
- ⅔ cốc / 140 ml nước sôi
- ⅓ cốc / 50 g nho khô vàng
- 3½ muỗng canh / 50 ml nước ấm
- ⅓ oz / 10 g rau mùi, xắt nhỏ, cộng thêm để hoàn thành
- ⅓ oz / 10 g bạc hà, xắt nhỏ
- ⅓ cốc / 50 g ô liu xanh bỏ hạt, giảm một nửa
- ⅓ cốc / 30 g hạnh nhân cắt lát, nướng
- 3 củ hành xanh, xắt nhỏ
- 1½ muỗng canh nước cốt chanh mới vắt
- ½ cốc / 120 g sữa chua Hy Lạp
- muối

**HƯỚNG DẪN**

a) Làm nóng lò ở 400°F / 200°C.

b) Để làm chermoula, trộn tỏi, thì là, rau mùi, ớt, ớt bột, chanh bảo quản, 2/3 dầu ô liu và ½ thìa cà phê muối trong một bát nhỏ.

c) Cắt cà tím làm đôi theo chiều dọc. Điểm phần thịt của mỗi nửa bằng các điểm chéo sâu, chéo, đảm bảo không đâm vào da. Thìa chermoula trên mỗi nửa, dàn đều và đặt lên khay nướng có mặt cắt hướng lên trên. Cho vào lò nướng và nướng trong 40 phút hoặc cho đến khi cà tím mềm hoàn toàn.

d) Trong khi đó, đặt bulgur vào một cái bát lớn và đậy bằng nước sôi.

e) Ngâm nho khô trong nước ấm. Sau 10 phút, để ráo nho khô và cho vào bulgur cùng với phần dầu còn lại. Thêm các loại thảo mộc, ô liu, hạnh nhân, hành lá, nước cốt chanh và một chút muối và khuấy đều để kết hợp. Hương vị và thêm muối nếu cần thiết.

f) Phục vụ cà tím ấm hoặc ở nhiệt độ phòng. Đặt ½ quả cà tím, cắt mặt hướng lên trên từng đĩa riêng. Đặt bulgur lên trên, cho phép một số rơi từ cả hai phía. Thìa một ít sữa chua, rắc rau mùi và kết thúc bằng một giọt dầu.

## 17. Súp lơ xào tahini

Làm cho: 6

**THÀNH PHẦN**

- 2 chén/500ml dầu hướng dương
- 2 đầu súp lơ trung bình (tổng cộng 2¼ lb / 1 kg), chia thành các bông hoa nhỏ
- 8 củ hành lá, mỗi củ chia thành 3 đoạn dài
- ¾ cốc / 180 g sốt tahini nhẹ
- 2 tép tỏi, nghiền nát
- ¼ cốc / 15 g mùi tây lá phẳng, thái nhỏ
- ¼ cốc / 15 g bạc hà xắt nhỏ, cộng thêm để hoàn thành
- ⅔ cốc / 150 g sữa chua Hy Lạp
- ¼ cốc / 60ml nước cốt chanh mới vắt, cộng với vỏ của 1 quả chanh
- 1 muỗng cà phê mật lựu, cộng thêm để hoàn thành
- khoảng ¾ cốc / 180 ml nước
- Muối biển Maldon và hạt tiêu đen mới xay

**HƯỚNG DẪN**

a) Đun nóng dầu hướng dương trong một cái chảo lớn đặt trên lửa vừa và cao. Sử dụng một chiếc kẹp kim loại hoặc thìa kim loại, cẩn thận đặt một vài bông hoa súp lơ vào dầu và nấu chúng trong 2 đến 3 phút, lật chúng lại để chúng lên màu đều. Sau khi có màu vàng nâu, dùng thìa có rãnh để nhấc những bông hoa vào một cái chao để ráo nước. Rắc một chút muối. Tiếp tục làm từng mẻ cho đến khi bạn ăn hết súp lơ. Tiếp theo, xào hành lá theo mẻ nhưng chỉ trong khoảng 1 phút. Thêm vào súp lơ. Cho phép cả hai để nguội một chút.

b) Đổ bột tahini vào một bát trộn lớn và thêm tỏi, rau thơm xắt nhỏ, sữa chua, nước cốt chanh và vỏ, mật đường lựu, một ít muối và hạt tiêu. Khuấy đều bằng thìa gỗ khi bạn thêm nước. Nước sốt tahini sẽ đặc lại và sau đó lỏng ra khi bạn thêm nước. Đừng thêm quá nhiều, chỉ đủ để có được hỗn hợp đặc, mịn, dễ đổ, hơi giống mật ong.

c) Thêm súp lơ và hành lá vào tahini và khuấy đều. Nếm và điều chỉnh gia vị. Bạn cũng có thể muốn thêm nhiều nước cốt chanh.

d) Để phục vụ, múc một thìa vào bát phục vụ và kết thúc bằng một vài giọt mật lựu và một ít bạc hà.

## 18. Súp Lơ Nướng & Salad Hạt Phỉ

Làm cho: 2 ĐẾN 4

## THÀNH PHẦN

- 1 đầu súp lơ, chia thành những bông hoa nhỏ (tổng cộng 1½ lb / 660 g)
- 5 muỗng canh dầu ô liu
- 1 cọng cần tây lớn, cắt nghiêng thành lát ¼ inch / 0,5 cm (tổng cộng ⅔ cốc / 70 g)
- 5 muỗng canh / 30 g quả phỉ, còn vỏ
- ⅓ cốc / 10 g lá rau mùi tây phẳng nhỏ, đã hái
- ⅓ cốc / 50 g hạt lựu (từ khoảng ½ quả lựu vừa)
- hào phóng ¼ muỗng cà phê quế xay
- hào phóng ¼ muỗng cà phê hạt tiêu xay
- 1 muỗng canh giấm sherry
- 1½ muỗng cà phê xi-rô phong
- muối và hạt tiêu đen mới xay

## HƯỚNG DẪN

a) Làm nóng lò ở nhiệt độ 425°F / 220°C.

b) Trộn súp lơ với 3 muỗng canh dầu ô liu, ½ muỗng cà phê muối và một ít hạt tiêu đen. Trải ra chảo rang và nướng trên giá trên cùng của lò nướng trong 25 đến 35 phút, cho đến khi súp lơ giòn và các phần của súp lơ chuyển sang màu nâu vàng. Chuyển sang một bát trộn lớn và đặt sang một bên để nguội.

c) Giảm nhiệt độ lò xuống 325°F / 170°C. Trải hạt phỉ lên khay nướng có lót giấy da và nướng trong 17 phút.

d) Để các loại hạt nguội một chút, sau đó cắt nhỏ và thêm vào súp lơ, cùng với dầu còn lại và các thành phần còn lại. Khuấy, nếm và nêm muối và hạt tiêu cho phù hợp. Phục vụ ở nhiệt độ phòng.

## 19. A'ja (bánh mì rán)

Làm cho: KHOẢNG 8 FRITTERS

## THÀNH PHẦN

- 4 lát bánh mì trắng, loại bỏ lớp vỏ (tổng cộng 3 oz / 80 g)
- 4 quả trứng thả rông cực lớn
- 1½ muỗng cà phê thì là
- ½ muỗng cà phê ớt bột ngọt
- ¼ muỗng cà phê ớt cayenne
- 1 oz / 25 g hẹ, xắt nhỏ
- 1 oz / 25 g rau mùi tây lá phẳng, xắt nhỏ
- ⅓ oz / 10 g ngải giấm, xắt nhỏ
- 1½ oz / 40 g phô mai feta, vụn
- dầu hướng dương, để chiên
- muối và hạt tiêu đen mới xay

## HƯỚNG DẪN

a) Ngâm bánh mì trong nước lạnh khoảng 1 phút, sau đó vắt kỹ.

b) Bẻ nhỏ bánh mì đã ngâm vào một bát vừa, sau đó thêm trứng, gia vị, ½ muỗng cà phê muối và ¼ muỗng cà phê tiêu vào và đánh đều. Trộn trong các loại thảo mộc xắt nhỏ và feta.

c) Đun nóng 1 muỗng canh dầu trong chảo vừa trên lửa vừa cao. Múc khoảng 3 thìa hỗn hợp vào giữa chảo cho mỗi món rán và dùng mặt dưới của thìa dàn phẳng; các miếng rán phải dày từ ¾ đến 1¼ inch / 2 đến 3 cm. Chiên các miếng rán trong 2 đến 3 phút mỗi bên, cho đến khi vàng nâu. Lặp lại với các pin còn lại. Bạn sẽ nhận được khoảng 8 rán.

d) Ngoài ra, bạn có thể chiên tất cả bột cùng một lúc, như cách bạn làm với một món trứng tráng lớn. Cắt lát và phục vụ ấm hoặc ở nhiệt độ phòng.

## 20. Salad cà rốt cay

Làm cho: 4

**THÀNH PHẦN**

- 6 củ cà rốt lớn, đã gọt vỏ (tổng cộng khoảng 1½ lb / 700 g)
- 3 muỗng canh dầu hướng dương
- 1 củ hành tây lớn, thái nhỏ (tổng cộng 2 cốc / 300 g)
- 1 muỗng canhPilpelchumahoặc 2 muỗng canh harissa (mua tại cửa hàng hoặcxem công thức)
- ½ muỗng cà phê thì là
- ½ muỗng cà phê hạt thì là, mới xay
- ½ muỗng cà phê đường
- 3 muỗng canh giấm táo
- 1½ cốc / 30 g lá rau arugula
- muối

**HƯỚNG DẪN**

a) Cho cà rốt vào một cái chảo lớn, ngập nước và đun sôi. Giảm nhiệt, đậy nắp và nấu trong khoảng 20 phút, cho đến khi cà rốt vừa mềm. Để ráo nước và sau khi đủ nguội để cầm, cắt thành lát ¼ inch / 0,5 cm.

b) Trong khi nấu cà rốt, đun nóng một nửa lượng dầu trong chảo lớn. Thêm hành tây và nấu trên lửa vừa trong 10 phút, cho đến khi vàng nâu.

c) Cho hành tây đã chiên vào một bát trộn lớn và thêm pilpelchuma, thì là, caraway, ¾ thìa cà phê muối, đường, giấm và dầu còn lại. Thêm cà rốt và quăng tốt. Để ít nhất 30 phút cho ngấm gia vị.

d) Sắp món salad lên đĩa lớn, rải rau arugula khi bạn ăn.

## 21. Shakshuka

Làm cho: 2 ĐẾN 4

**THÀNH PHẦN**

- 2 muỗng canh dầu ô liu
- 2 muỗng canhPilpelchumahoặc harissa (mua tại cửa hàng hoặcxem công thức)
- 2 muỗng cà phê bột cà chua
- 2 quả ớt đỏ lớn, cắt thành xúc xắc ¼ inch / 0,5 cm (tổng cộng 2 cốc / 300 g)
- 4 tép tỏi, thái nhỏ
- 1 muỗng cà phê thì là
- 5 quả cà chua lớn, rất chín, xắt nhỏ (tổng cộng 5 cốc / 800 g); đóng hộp cũng tốt
- 4 quả trứng lớn thả rông, cộng với 4 lòng đỏ trứng
- ½ cốc / 120 g labneh (mua tại cửa hàng hoặcxem công thức) hoặc sữa chua đặc
- muối

**HƯỚNG DẪN**

a) Đun nóng dầu ô liu trong chảo lớn trên lửa vừa và thêm pilpelchuma hoặc harissa, bột cà chua, ớt, tỏi, thìa là và ¾ thìa cà phê muối. Khuấy và nấu trên lửa vừa trong khoảng 8 phút để ớt mềm. Thêm cà chua, đun nhỏ lửa và nấu thêm 10 phút nữa cho đến khi bạn có một loại nước sốt khá đặc. Nêm nếm gia vị.

b) Làm 8 giọt nhỏ trong nước sốt. Nhẹ nhàng đập trứng và cẩn thận đổ từng quả vào nước ngâm riêng. Làm tương tự với lòng đỏ. Dùng nĩa khuấy một chút lòng trắng trứng với nước sốt, chú ý không làm vỡ lòng đỏ. Đun nhỏ lửa trong vòng 8 đến 10 phút, cho đến khi lòng trắng trứng đông lại nhưng lòng đỏ vẫn còn chảy nước (bạn có thể đậy nắp chảo nếu muốn quá trình này diễn ra nhanh hơn).

c) Tắt bếp, để yên trong vài phút, sau đó múc từng thìa ra đĩa và dùng kèm với labneh hoặc sữa chua.

## 22. Butternut Squash & Tahini phết

Làm cho: 6 ĐẾN 8

## THÀNH PHẦN

- 1 quả bí bơ rất lớn (khoảng 2½ lb / 1,2 kg), gọt vỏ và cắt thành khối (tổng cộng 7 cốc / 970 g)
- 3 muỗng canh dầu ô liu
- 1 muỗng cà phê bột quế
- 5 muỗng canh / 70 g bột tahini nhẹ
- ½ cốc / 120 g sữa chua Hy Lạp
- 2 tép tỏi nhỏ, nghiền nát
- 1 muỗng cà phê hạt mè đen và trắng (hoặc chỉ màu trắng, nếu bạn không có màu đen)
- 1½ muỗng cà phê xi-rô chà là
- 2 muỗng canh rau mùi xắt nhỏ (tùy chọn)
- muối

## HƯỚNG DẪN

a) Làm nóng lò ở 400°F / 200°C.

b) Trải bí ra chảo rang vừa. Đổ dầu ô liu và rắc quế và ½ muỗng cà phê muối. Trộn đều với nhau, đậy kín chảo bằng giấy nhôm và nướng trong lò trong 70 phút, khuấy một lần trong khi nấu. Lấy ra khỏi lò và để nguội.

c) Chuyển bí vào máy xay thực phẩm cùng với tahini, sữa chua và tỏi. Xay thô để mọi thứ được kết hợp thành một hỗn hợp thô, không có sự lan rộng trở nên mịn màng; bạn cũng có thể làm điều này bằng tay bằng nĩa hoặc dụng cụ nghiền khoai tây.

d) Trải bơ hạt dẻ theo hình lượn sóng trên một đĩa phẳng và rắc hạt vừng, rưới xi-rô lên trên và kết thúc với rau mùi, nếu dùng.

## 23. Salad củ dền, tỏi tây & quả óc chó cay

**THÀNH PHẦN**

- 4 củ cải vừa (tổng cộng ⅓ lb / 600 g sau khi nấu và gọt vỏ)
- 4 tỏi tây vừa, cắt thành các đoạn 4 inch / 10cm (tổng cộng 4 cốc / 360 g)
- ½ oz / 15 g rau mùi, thái nhỏ
- 1¼ cốc / 25 g rau arugula
- ⅓ cốc / 50 g hạt lựu (tùy chọn)
- CÁCH ĂN MẶC
- 1 chén / 100 g quả óc chó, xắt nhỏ
- 4 tép tỏi, thái nhỏ
- ½ muỗng cà phê ớt mảnh
- ¼ cốc / 60 ml giấm táo
- 2 muỗng canh nước me
- ½ muỗng cà phê dầu óc chó
- 2½ muỗng canh dầu đậu phộng
- 1 muỗng cà phê muối

**HƯỚNG DẪN**

a) Làm nóng lò ở nhiệt độ 425°F / 220°C.

b) Bọc từng củ cải trong giấy nhôm và nướng trong lò từ 1 đến 1 tiếng rưỡi, tùy thuộc vào kích thước của chúng. Sau khi nấu chín, bạn sẽ có thể chọc một con dao nhỏ vào giữa một cách dễ dàng. Lấy ra khỏi lò và đặt sang một bên để nguội.

c) Sau khi đủ nguội để xử lý, hãy gọt vỏ củ cải đường, bổ đôi và cắt mỗi nửa thành những miếng nêm dày ⅜ inch / 1 cm ở phần gốc. Đặt trong một bát vừa và đặt sang một bên.

d) Cho tỏi tây vào chảo vừa với nước muối, đun sôi rồi đun nhỏ lửa trong 10 phút cho đến khi vừa chín tới; điều quan trọng là đun nhỏ lửa nhẹ nhàng và không nấu quá chín để chúng không bị nát. Để ráo nước và làm mới dưới vòi nước lạnh, sau đó dùng dao có răng cưa rất sắc để cắt mỗi khúc thành 3 miếng nhỏ hơn và vỗ cho khô. Chuyển sang một cái bát, tách củ cải đường và đặt sang một bên.

e) Trong khi rau đang nấu, trộn tất cả các nguyên liệu làm sốt với nhau và để sang một bên trong ít nhất 10 phút để tất cả các hương vị quyện vào nhau.
f) Chia đều nước sốt quả óc chó và rau mùi giữa củ cải đường và tỏi tây và trộn nhẹ nhàng. Nếm thử cả hai và thêm muối nếu cần.
g) Để trộn salad, hãy trải hầu hết củ cải đường lên đĩa phục vụ, trên cùng là một ít rau arugula, sau đó là phần lớn tỏi tây, sau đó là củ cải đường còn lại, và kết thúc với nhiều tỏi tây và rau arugula. Rắc hạt lựu lên trên, nếu sử dụng và phục vụ.

## 24. Đậu bắp nướng với cà chua

Làm: 2 NHƯ MỘT MÓN ĂN PHỤ

**THÀNH PHẦN**

- 10½ oz / 300 g đậu bắp non hoặc rất nhỏ
- 2 muỗng canh dầu ô liu, cộng thêm nếu cần
- 4 tép tỏi, thái lát mỏng
- ⅔ oz / 20 g vỏ chanh bảo quản (mua ở cửa hàng hoặcxem công thức), cắt thành miếng nêm ⅜ inch / 1cm
- 3 quả cà chua nhỏ (tổng cộng 7 oz / 200 g), cắt thành 8 múi hoặc cà chua bi cắt đôi
- 1½ muỗng cà phê rau mùi tây lá phẳng
- 1½ muỗng cà phê rau mùi xắt nhỏ
- 1 muỗng canh nước cốt chanh tươi
- Muối biển Maldon và hạt tiêu đen mới xay

**HƯỚNG DẪN**

a) Dùng một con dao gọt trái cây nhỏ, sắc bén, cắt bỏ vỏ đậu bắp, loại bỏ phần cuống ngay phía trên vỏ để không làm lộ hạt.

b) Đặt một chảo rán lớn, có đáy nặng trên lửa lớn và để trong vài phút. Khi gần nóng đỏ, cho đậu bắp vào làm hai mẻ và nấu khô, thỉnh thoảng lắc chảo trong 4 phút mỗi mẻ. Vỏ đậu bắp thỉnh thoảng có vết phồng rộp sẫm màu.

c) Cho tất cả đậu bắp đã nướng vào chảo và thêm dầu ô liu, tỏi và chanh bảo quản. Xào trong 2 phút, lắc chảo. Giảm nhiệt xuống mức trung bình và thêm cà chua, 2 muỗng canh nước, rau thơm xắt nhỏ, nước cốt chanh, ½ muỗng cà phê muối và một ít hạt tiêu đen. Khuấy mọi thứ nhẹ nhàng để cà chua không bị vỡ và tiếp tục nấu trong 2 đến 3 phút cho đến khi cà chua ấm lên. Chuyển sang một món ăn phục vụ, rưới thêm dầu ô liu, thêm một chút muối và phục vụ.

## 25. Cà tím cháy với hạt lựu

Làm cho: 4 NHƯ MỘT PHẦN CỦA TẤM MEZE

**THÀNH PHẦN**

- 4 quả cà tím lớn (3¼ lb / 1,5 kg trước khi nấu; 2½ cốc / 550 g sau khi đốt và để ráo nước)
- 2 tép tỏi, nghiền nát
- nạo vỏ của 1 quả chanh và 2 muỗng canh nước cốt chanh tươi
- 5 muỗng canh dầu ô liu
- 2 muỗng canh rau mùi tây lá phẳng
- 2 muỗng canh bạc hà xắt nhỏ
- hạt của ½ quả lựu lớn (tổng cộng ½ cốc / 80 g)
- muối và hạt tiêu đen mới xay

**HƯỚNG DẪN**

a) Nếu bạn có bếp ga, hãy lót giấy nhôm vào đế để bảo vệ nó, chỉ để phần đầu đốt lộ ra ngoài. Đặt cà tím trực tiếp trên bốn bếp gas riêng biệt với lửa vừa và nướng trong 15 đến 18 phút, cho đến khi da cháy và bong tróc và thịt mềm. Thỉnh thoảng sử dụng kẹp kim loại để xoay chúng. Ngoài ra, dùng dao khía vài chỗ trên cà tím, sâu khoảng ¾ inch / 2 cm, rồi đặt lên khay nướng dưới vỉ nướng nóng trong khoảng một giờ. Xoay chúng sau mỗi 20 phút hoặc lâu hơn và tiếp tục nấu ngay cả khi chúng bị vỡ và vỡ.

b) Lấy cà tím ra khỏi bếp và để nguội một chút. Sau khi đủ nguội để xử lý, hãy rạch một lỗ dọc theo từng quả cà tím và múc phần thịt mềm ra, dùng tay chia thành những dải dài mỏng. Bỏ da. Xả thịt trong một cái chao trong ít nhất một giờ, tốt nhất là lâu hơn, để loại bỏ càng nhiều nước càng tốt.

c) Đặt cùi cà tím vào một bát vừa và thêm tỏi, vỏ chanh và nước cốt, dầu ô liu, ½ thìa cà phê muối và một ít tiêu đen xay. Khuấy và để cà tím ướp ở nhiệt độ phòng trong ít nhất một giờ.

d) Khi bạn đã sẵn sàng phục vụ, trộn hầu hết các loại thảo mộc và nêm nếm gia vị. Xếp cao trên đĩa phục vụ, rắc hạt lựu lên trên và trang trí với các loại rau thơm còn lại.

## 26. Salad rau mùi tây & lúa mạch

Làm cho: 4

## THÀNH PHẦN

- ¼ cốc / 40 g lúa mạch ngọc trai
- 5 oz/150 g phô mai feta
- 5½ muỗng canh dầu ô liu
- 1 muỗng cà phê za'atar
- ½ muỗng cà phê hạt rau mùi, nướng nhẹ và nghiền nát
- ¼ muỗng cà phê thì là
- 3 oz / 80 g mùi tây lá phẳng, lá và thân nhỏ
- 4 củ hành lá, thái nhỏ (tổng cộng ⅓ cốc / 40 g)
- 2 tép tỏi, nghiền nát
- ⅓ chén / 40 g hạt điều, rang nhẹ và nghiền thô
- 1 quả ớt xanh, bỏ hạt và cắt thành viên xúc xắc ⅜-inch / 1cm
- ½ muỗng cà phê tiêu xay
- 2 muỗng canh nước cốt chanh tươi
- muối và hạt tiêu đen mới xay

## HƯỚNG DẪN

a) Cho lúa mạch ngọc trai vào một cái chảo nhỏ, đổ nhiều nước và đun sôi trong 30 đến 35 phút, cho đến khi mềm nhưng vừa ăn. Đổ vào rây mịn, lắc để loại bỏ hết nước và chuyển sang một cái bát lớn.

b) Bẻ feta thành những miếng thô, có kích thước khoảng ¾ inch / 2 cm và trộn trong một bát nhỏ với 1½ thìa dầu ô liu, za'atar, hạt rau mùi và thì là. Nhẹ nhàng trộn với nhau và để ướp trong khi bạn chuẩn bị phần còn lại của món salad.

c) Băm nhuyễn rau mùi tây và cho vào bát cùng với hành lá, tỏi, hạt điều, hạt tiêu, hạt tiêu, nước cốt chanh, dầu ô liu còn lại và lúa mạch đã nấu chín. Trộn đều và nêm nếm lại cho vừa ăn. Để phục vụ, chia salad thành bốn đĩa và phủ feta đã ướp lên trên.

## 27. Salad bí xanh & cà chua

Làm cho: 6

**THÀNH PHẦN**

- 8 quả bí xanh nhạt hoặc bí xanh thường (tổng cộng khoảng 2¼ lb / 1 kg)
- 5 quả cà chua lớn, rất chín (tổng cộng 1¾ lb / 800 g)
- 3 muỗng canh dầu ô liu, cộng thêm để hoàn thành
- 2½ cốc / 300 g sữa chua Hy Lạp
- 2 tép tỏi, nghiền nát
- 2 quả ớt đỏ, bỏ hạt và thái nhỏ
- nạo vỏ của 1 quả chanh vừa và 2 muỗng canh nước cốt chanh tươi
- 1 muỗng canh xi-rô chà là, cộng thêm để hoàn thành
- 2 chén / 200 g quả óc chó, xắt nhỏ
- 2 muỗng canh bạc hà xắt nhỏ
- ⅔ oz / 20 g rau mùi tây lá phẳng, thái nhỏ
- muối và hạt tiêu đen mới xay

**HƯỚNG DẪN**

a) Làm nóng lò ở nhiệt độ 425°F / 220°C. Đặt một chảo vỉ nướng trên lửa lớn.
b) Cắt zucchini và cắt chúng làm đôi theo chiều dọc. Cà chua cũng cắt đôi. Chải bí xanh và cà chua với dầu ô liu trên mặt cắt và nêm muối và tiêu.
c) Lúc này, chảo nướng sẽ nóng hổi. Bắt đầu với zucchini. Đặt một ít trong số chúng lên chảo, cắt mặt dưới và nấu trong 5 phút; zucchini nên được đốt cháy đẹp mắt ở một bên. Bây giờ loại bỏ zucchini và lặp lại quy trình tương tự với cà chua. Đặt rau vào chảo rang và cho vào lò nướng trong khoảng 20 phút, cho đến khi bí rất mềm.
d) Lấy chảo ra khỏi lò và để rau nguội một chút. Cắt nhỏ chúng và để ráo nước trong một cái chao trong 15 phút.
e) Đánh đều sữa chua, tỏi, ớt, vỏ chanh, nước cốt và mật đường trong một bát trộn lớn. Thêm rau xắt nhỏ, quả óc chó, bạc hà và hầu hết rau mùi tây và khuấy đều. Nêm ¾ muỗng cà phê muối và chút tiêu.
f) Chuyển salad sang một đĩa lớn, nông và trải ra. Trang trí với mùi tây còn lại. Cuối cùng, rưới lên một ít xi-rô chà là và dầu ô liu.

## 28. Tabbouleh

Làm cho: 4 CHUNG

**THÀNH PHẦN**

- ½ cốc / 30 g lúa mì bulgur mịn
- 2 quả cà chua lớn, chín nhưng chắc (tổng cộng 10½ oz / 300 g)
- 1 củ hẹ, thái nhỏ (tổng cộng 3 muỗng canh / 30 g)
- 3 muỗng canh nước cốt chanh mới vắt, cộng thêm một chút để hoàn thành
- 4 bó rau mùi tây lá phẳng lớn (tổng cộng 5½ oz / 160 g)
- 2 bó bạc hà (tổng cộng 1 oz / 30 g)
- 2 muỗng cà phê tiêu xay
- 1 muỗng cà phê hỗn hợp gia vị baharat (mua ở cửa hàng hoặcxem công thức)
- ½ cốc / 80 ml dầu ô liu chất lượng hàng đầu
- hạt của khoảng ½ quả lựu lớn (tổng cộng ½ cốc / 70 g), tùy chọn
- muối và hạt tiêu đen mới xay

**HƯỚNG DẪN**

a) Cho bulgur vào một cái rây mịn và ngâm dưới vòi nước lạnh cho đến khi nước chảy qua trông trong và hầu hết tinh bột đã được loại bỏ. Chuyển sang một bát trộn lớn.

b) Sử dụng một con dao có răng cưa nhỏ để cắt cà chua thành những lát dày ¼ inch / 0,5 cm. Cắt từng lát thành các dải ¼ inch / 0,5cm rồi thái hạt lựu. Cho cà chua và nước ép của chúng vào bát cùng với hẹ tây và nước cốt chanh rồi khuấy đều.

c) Lấy một vài nhánh rau mùi tây và gói chúng lại với nhau thật chặt. Sử dụng một con dao lớn, rất sắc để cắt bỏ hầu hết các thân cây và loại bỏ. Bây giờ, sử dụng dao để di chuyển lên trên thân và lá, dần dần "ăn" dao để cắt rau mùi tây càng mịn càng tốt và cố gắng tránh cắt những miếng rộng hơn 1/16 inch / 1 mm. Thêm vào bát.

d) Nhặt lá bạc hà ra khỏi thân, gói chặt một số lá lại với nhau và thái nhỏ như bạn đã làm với rau mùi tây; đừng chặt chúng quá nhiều vì chúng có xu hướng đổi màu. Thêm vào bát.

e) Cuối cùng, thêm tiêu, baharat, dầu ô liu, lựu, nếu dùng, và một ít muối và hạt tiêu. Nếm thử, thêm muối và hạt tiêu nếu thích, có thể thêm một chút nước cốt chanh và dùng.

## 29. Khoai tây nướng với caramel và mận khô

Làm cho: 4

**THÀNH PHẦN**

- 2¼ lb / 1 kg khoai tây bột, chẳng hạn như màu nâu đỏ
- ½ cốc / 120 ml mỡ ngỗng
- 5 oz / 150 g mận Agen mềm nguyên quả, loại bỏ hạt
- ½ cốc / 90 g đường siêu mịn
- 3½ muỗng canh / 50 ml nước đá
- muối

**HƯỚNG DẪN**

a) Làm nóng lò ở nhiệt độ 475°F / 240°C.

b) Gọt vỏ khoai tây, để nguyên củ nhỏ và cắt đôi củ lớn, để bạn có những miếng khoảng 2 oz / 60 g. Rửa sạch dưới vòi nước lạnh, sau đó cho khoai tây vào chảo lớn với nhiều nước lạnh. Đun sôi và đun nhỏ lửa trong 8 đến 10 phút. Để ráo nước khoai tây, sau đó lắc chao để làm nhám các cạnh của chúng.

c) Cho mỡ ngỗng vào chảo rang và đun nóng trong lò cho đến khi bốc khói, khoảng 8 phút. Cẩn thận lấy chảo ra khỏi lò và cho khoai tây đã luộc vào mỡ nóng bằng kẹp kim loại, lăn chúng xung quanh trong mỡ khi bạn làm như vậy. Nhẹ nhàng đặt chảo lên giá cao nhất của lò nướng và nấu trong 50 đến 65 phút hoặc cho đến khi khoai tây vàng và giòn bên ngoài. Thỉnh thoảng lật chúng lại trong khi chúng đang nấu.

d) Khi khoai tây gần như đã sẵn sàng, hãy lấy khay ra khỏi lò và úp nó qua một cái bát cách nhiệt để loại bỏ hầu hết chất béo. Thêm ½ muỗng cà phê muối và mận khô và khuấy nhẹ. Quay trở lại lò nướng thêm 5 phút nữa.

e) Trong thời gian này, làm caramel. Cho đường vào một cái chảo sạch, có đáy nặng và đặt trên lửa nhỏ. Không cần khuấy, hãy xem đường chuyển sang màu caramel đậm. Hãy chắc chắn rằng bạn luôn để mắt đến đường. Ngay khi bạn đạt được màu này, hãy lấy chảo ra khỏi bếp. Giữ chảo cách mặt bạn một khoảng an toàn, nhanh chóng đổ nước đá vào để caramel không bị chín. Bật lửa trở lại và khuấy đều để loại bỏ đường vón cục.

f) Trước khi phục vụ, khuấy caramel vào khoai tây và mận khô. Chuyển sang một bát phục vụ và ăn cùng một lúc.

## 30. Củ cải Thụy Sĩ với Tahini, sữa chua và hạt thông bơ

Làm cho: 4

**THÀNH PHẦN**

- 2¾ lb / 1,3 kg củ cải Thụy Sĩ
- 2½ muỗng canh / 40 g bơ không ướp muối
- 2 muỗng canh dầu ô liu, cộng thêm để hoàn thành
- 5 muỗng canh / 40 g hạt thông
- 2 tép tỏi nhỏ, thái lát rất mỏng
- ¼ cốc / 60 ml rượu trắng khô
- ớt ngọt, để trang trí (tùy chọn)
- muối và hạt tiêu đen mới xay

SỐT TAHINI & SỮA CHUA

- 3½ muỗng canh / 50 g bột tahini nhẹ
- 4½ muỗng canh / 50 g sữa chua Hy Lạp
- 2 muỗng canh nước cốt chanh tươi
- 1 tép tỏi, nghiền nát
- 2 muỗng canh nước

**HƯỚNG DẪN**

a) Bắt đầu với nước sốt. Cho tất cả các nguyên liệu vào một bát vừa, thêm một chút muối và khuấy đều bằng máy đánh trứng nhỏ cho đến khi thu được hỗn hợp sệt, mịn. Để qua một bên.

b) Dùng một con dao sắc để tách thân củ cải trắng ra khỏi lá xanh và cắt cả hai thành những lát rộng ¾ inch / 2 cm, để riêng. Đun sôi một chảo nước muối lớn và thêm thân cây củ cải. Đun nhỏ lửa trong 2 phút, thêm lá và nấu thêm một phút nữa. Để ráo nước và rửa sạch dưới vòi nước lạnh. Để cải ráo nước rồi dùng tay vắt cải cho đến khi khô hẳn.

c) Cho một nửa bơ và 2 muỗng canh dầu ô liu vào chảo lớn và đặt trên lửa vừa. Sau khi nóng, thêm hạt thông và ném chúng vào chảo cho đến khi vàng, khoảng 2 phút. Dùng thìa có rãnh để lấy chúng ra khỏi chảo, sau đó cho tỏi vào. Nấu trong khoảng một phút, cho đến khi nó bắt đầu chuyển sang màu vàng. Cẩn thận (nó sẽ phun ra!) Rót rượu vào. Để trong một phút hoặc ít hơn, cho đến khi nó giảm xuống còn khoảng một phần ba. Thêm củ cải và phần còn lại của bơ và nấu trong 2 đến 3 phút, thỉnh thoảng khuấy, cho đến khi củ cải hoàn toàn ấm. Nêm ½ muỗng cà phê muối và một ít tiêu đen.

d) Chia củ cải vào các bát phục vụ riêng lẻ, múc một ít sốt tahini lên trên và rắc hạt thông lên trên. Cuối cùng, rưới dầu ô liu và rắc một ít ớt bột nếu thích.

## 31. sabih

Làm cho: 4

## THÀNH PHẦN

- 2 quả cà tím lớn (tổng cộng khoảng 1⅔ lb / 750 g)
- khoảng 1¼ cốc / 300 ml dầu hướng dương
- 4 lát bánh mì trắng, nướng hoặc bánh mì nhỏ tươi và ẩm chất lượng tốt
- 1 cốc / 240mlnước sốt tahini
- 4 quả trứng gà lớn, luộc chín, bóc vỏ và cắt thành lát dày ⅜ inch / 1cm hoặc cắt làm tư
- khoảng 4 muỗng canhChug
- amba hoặc xoài chua mặn (tùy chọn)
- muối và hạt tiêu đen mới xay

SALAD BẮP

- 2 quả cà chua chín vừa, cắt hạt lựu ⅜-inch / 1cm (tổng cộng khoảng 1 cốc / 200 g)
- 2 quả dưa chuột nhỏ, cắt thành hình xúc xắc ⅜-inch / 1 cm (tổng cộng khoảng 1 cốc / 120 g)
- 2 củ hành xanh, thái lát mỏng
- 1½ muỗng canh rau mùi tây lá phẳng
- 2 muỗng cà phê nước cốt chanh tươi
- 1½ muỗng canh dầu ô liu

## HƯỚNG DẪN

a) Dùng dụng cụ gọt rau củ gọt bỏ các dải vỏ cà tím từ trên xuống dưới, để lại những quả cà tím có các dải da đen và thịt trắng xen kẽ, giống như ngựa vằn. Cắt cả hai quả cà tím theo chiều ngang thành những lát dày 1 inch / 2,5 cm. Rắc muối lên cả hai mặt, sau đó trải chúng ra khay nướng và để yên trong ít nhất 30 phút để loại bỏ bớt nước. Sử dụng khăn giấy để lau chúng.

b) Đun nóng dầu hướng dương trong chảo rộng. Cẩn thận—dầu phun ra—chiên từng lát cà tím cho đến khi có màu sẫm và đẹp mắt, lật một lần, tổng thời gian từ 6 đến 8 phút. Thêm dầu nếu cần khi bạn nấu các mẻ. Khi hoàn thành, các miếng cà tím phải mềm hoàn toàn ở giữa. Lấy ra khỏi chảo và để ráo nước trên khăn giấy.

c) Làm salad xắt nhỏ bằng cách trộn tất cả các thành phần với nhau và nêm muối và hạt tiêu cho vừa ăn.

d) Ngay trước khi phục vụ, đặt 1 lát bánh mì hoặc pita trên mỗi đĩa. Múc 1 thìa xốt tahini lên từng lát, sau đó xếp các lát cà tím lên trên, chồng lên nhau. Rưới thêm một ít tahini nhưng không phủ hoàn toàn các lát cà tím. Nêm từng lát trứng với muối và tiêu rồi xếp lên trên cà tím. Rưới thêm một ít tahini lên trên và múc bao nhiêu zhoug tùy thích; cẩn thận, nóng đấy! Ngoài ra, bạn cũng có thể cho xoài ngâm vào nếu thích. Phục vụ salad rau ở bên cạnh, múc một ít lên trên mỗi khẩu phần nếu muốn.

## 32. latke

Làm cho: 12 LATKES

## THÀNH PHẦN

- 5½ chén / 600 g khoai tây khá sáp đã gọt vỏ và bào nhỏ như Yukon Gold
- 2¾ cốc / 300 g củ cải vàng đã gọt vỏ và bào
- ⅔ chén / 30 g hẹ, thái nhỏ
- 4 lòng trắng trứng
- 2 muỗng canh bột bắp
- 5 muỗng canh / 80 g bơ lạt
- 6½ muỗng canh / 100 ml dầu hướng dương
- muối và hạt tiêu đen mới xay
- kem chua, để phục vụ

## HƯỚNG DẪN

a) Rửa sạch khoai tây trong một bát nước lạnh lớn. Để ráo nước trong một cái chao, vắt hết nước thừa, sau đó trải khoai tây ra một chiếc khăn bếp sạch để khô hoàn toàn.

b) Trong một bát lớn, trộn đều khoai tây, rau mùi tây, hẹ, lòng trắng trứng, bột ngô, 1 thìa cà phê muối và nhiều hạt tiêu đen.

c)

d) Đun nóng một nửa bơ và một nửa dầu trong chảo lớn trên lửa vừa và cao. Dùng tay của bạn để lấy các phần của khoảng 2 muỗng canh hỗn hợp latke, bóp mạnh để loại bỏ một ít chất lỏng và tạo hình thành những miếng chả mỏng dày khoảng 3/8 inch / 1 cm và đường kính 3¼ inch / 8 cm. Cẩn thận đặt càng nhiều latke càng tốt vào chảo, nhẹ nhàng đẩy chúng xuống và dùng mặt sau của thìa san bằng chúng. Chiên trên lửa vừa cao trong 3 phút cho mỗi bên. Latkes cần phải có màu nâu hoàn toàn ở bên ngoài. Lấy latte đã chiên ra khỏi dầu, đặt lên khăn giấy và giữ ấm trong khi nấu phần còn lại. Thêm bơ và dầu còn lại nếu cần. Phục vụ ngay lập tức với kem chua ở bên cạnh.

# HUMMUS

## 33. món khai vị cơ bản

Làm cho: 6

## THÀNH PHẦN

- 1¼ chén / 250 g đậu xanh khô
- 1 muỗng cà phê muối nở
- 6½ cốc / 1,5 lít nước
- 1 cốc cộng với 2 muỗng canh / 270 g bột tahini nhẹ
- 4 muỗng canh nước cốt chanh tươi
- 4 tép tỏi, đập dập
- 6½ muỗng canh / 100 ml nước lạnh
- muối

## HƯỚNG DẪN

a) Đêm hôm trước, cho đậu xanh vào một cái bát lớn và đổ nước lạnh ít nhất gấp đôi thể tích của chúng. Để ngâm qua đêm.

b) Ngày hôm sau, để ráo đậu xanh. Đặt một cái chảo vừa trên lửa lớn và thêm đậu xanh đã ráo nước và baking soda. Nấu khoảng 3 phút, khuấy liên tục. Thêm nước và đun sôi. Nấu, hớt hết bọt và da nổi lên trên mặt nước. Đậu xanh sẽ cần nấu từ 20 đến 40 phút, tùy thuộc vào loại và độ tươi, đôi khi còn lâu hơn. Sau khi hoàn thành, chúng sẽ rất mềm, dễ dàng vỡ ra khi ấn vào giữa ngón tay cái và ngón tay cái của bạn, gần như không quá nhão.

c) Xả đậu xanh. Bây giờ bạn nên có khoảng 3⅔ cốc / 600 g. Cho đậu gà vào máy xay thực phẩm và chế biến cho đến khi thu được hỗn hợp sệt. Sau đó, khi máy vẫn đang chạy, thêm bột tahini, nước cốt chanh, tỏi và 1½ thìa cà phê muối. Cuối cùng, cho từ từ nước đá vào và trộn đều trong khoảng 5 phút, cho đến khi bạn có được một hỗn hợp rất mịn và sệt.

d) Chuyển hummus vào một cái bát, phủ lên bề mặt bằng màng bọc thực phẩm và để yên trong ít nhất 30 phút. Nếu không sử dụng ngay, hãy làm lạnh cho đến khi cần. Đảm bảo lấy nó ra khỏi tủ lạnh ít nhất 30 phút trước khi ăn.

## 34. Hummus Kawarma (Thịt cừu) sốt chanh

Làm cho: 6

## THÀNH PHẦN

### KAWARMA

- 10½ oz / 300 g phi lê cổ cừu, thái nhỏ bằng tay
- ¼ muỗng cà phê tiêu đen mới xay
- ¼ muỗng cà phê tiêu trắng mới xay
- 1 muỗng cà phê tiêu xay
- ½ muỗng cà phê bột quế
- một nhúm hạt nhục đậu khấu tươi
- 1 muỗng cà phê lá za'atar hoặc oregano khô nghiền nát
- 1 muỗng canh giấm rượu trắng
- 1 muỗng canh bạc hà xắt nhỏ
- 1 muỗng canh rau mùi tây lá phẳng
- 1 muỗng cà phê muối
- 1 muỗng canh bơ không ướp muối hoặc ghee
- 1 muỗng cà phê dầu ô liu

### NƯỚC MẮM CHANH

- ⅓ oz / 10 g rau mùi tây lá phẳng, thái nhỏ
- 1 quả ớt xanh, thái nhỏ
- 4 muỗng canh nước cốt chanh tươi
- 2 muỗng canh giấm rượu trắng
- 2 tép tỏi, nghiền nát
- ¼ muỗng cà phê muối

**HƯỚNG DẪN**

a) Để làm kawarma, hãy đặt tất cả các nguyên liệu ngoài bơ hoặc ghee và dầu vào một bát vừa. Trộn đều, đậy nắp và để hỗn hợp ướp trong tủ lạnh trong 30 phút.
b) Ngay trước khi bạn chuẩn bị nấu thịt, hãy cho tất cả các nguyên liệu làm sốt chanh vào một cái bát nhỏ và khuấy đều.
c) Đun nóng bơ hoặc ghee và dầu ô liu trong chảo lớn trên lửa vừa và cao. Cho thịt vào làm hai hoặc ba mẻ và đảo đều khi bạn chiên mỗi mẻ trong 2 phút. Thịt phải có màu hồng nhạt ở giữa.
d) Chia hummus cho 6 bát cạn riêng lẻ, để lại một lỗ nhỏ ở giữa mỗi bát. Thìa kawarma ấm vào chỗ rỗng và rắc đậu xanh đã để sẵn. Rưới đều nước sốt chanh và trang trí với một ít rau mùi tây và hạt thông.

## 35. Musabaha (đậu gà ấm với hummus) & pita nướng

Làm cho: 6

## THÀNH PHẦN

- 1¼ chén / 250 g đậu xanh khô
- 1 muỗng cà phê muối nở
- 1 muỗng canh thì là
- 4½ muỗng canh / 70 g bột tahini nhẹ
- 3 muỗng canh nước cốt chanh tươi
- 1 tép tỏi, nghiền nát
- 2 muỗng canh nước đá lạnh
- 4 bánh pita nhỏ (tổng cộng 4 oz / 120 g)
- 2 muỗng canh dầu ô liu
- 2 muỗng canh rau mùi tây lá phẳng
- 1 muỗng cà phê ớt bột ngọt
- muối và hạt tiêu đen mới xay

SỐT TAHINI

- 5 muỗng canh / 75 g bột tahini nhẹ
- ¼ cốc / 60ml nước
- 1 muỗng canh nước cốt chanh tươi
- ½ tép tỏi, nghiền nát

NƯỚC MẮM CHANH

- ⅓ oz / 10 g rau mùi tây lá phẳng, thái nhỏ
- 1 quả ớt xanh, thái nhỏ
- 4 muỗng canh nước cốt chanh tươi
- 2 muỗng canh giấm rượu trắng
- 2 tép tỏi, nghiền nát
- ¼ muỗng cà phê muối

## HƯỚNG DẪN

a) Theomón khai vị cơ bảncông thức cho phương pháp ngâm và nấu đậu xanh, nhưng nấu ít hơn một chút; chúng phải còn lại một chút sức đề kháng nhưng vẫn được nấu chín hoàn toàn. Để ráo đậu xanh đã nấu chín, để riêng ⅓ cốc / 450 g) với nước nấu đã để riêng, thì là, ½ thìa cà phê muối và ¼ thìa cà phê tiêu. Giữ ấm hỗn hợp.

b) Cho số đậu xanh còn lại (1 cốc/150 g) vào máy xay nhỏ và chế biến cho đến khi thu được hỗn hợp sệt. Sau đó, với máy vẫn đang chạy, thêm bột tahini, nước cốt chanh, tỏi và ½ muỗng cà phê muối. Cuối cùng, cho từ từ nước đá vào và trộn trong khoảng 3 phút, cho đến khi bạn có được một hỗn hợp kem mịn và sệt. Để hummus sang một bên.

c) Trong khi nấu đậu xanh, bạn có thể chuẩn bị các thành phần khác của món ăn. Đối với sốt tahini, cho tất cả các nguyên liệu và một chút muối vào một bát nhỏ. Trộn đều và thêm một ít nước nếu cần để có được hỗn hợp đặc hơn một chút so với mật ong.

d) Tiếp theo, trộn tất cả các nguyên liệu làm nước sốt chanh lại với nhau và để sang một bên.

e) Cuối cùng, mở pitas ra, xé hai bên ra. Đặt dưới vỉ nướng nóng trong 2 phút, cho đến khi vàng và khô hoàn toàn. Để nguội trước khi chia thành các miếng có hình dạng kỳ lạ.

f) Chia hummus cho bốn bát nông riêng lẻ; không cân bằng hoặc nhấn nó xuống, bạn muốn chiều cao. Cho đậu xanh ấm lên thìa, tiếp theo là sốt tahini, sốt chanh và một ít dầu ô liu. Trang trí với rau mùi tây và rắc ớt bột và phục vụ, kèm theo những miếng pita nướng.

# ĐẬU VÀ NGŨ CỐC

## 36. Falafel

Làm cho: KHOẢNG 20 BÓNG

## THÀNH PHẦN

- 1¼ chén / 250 g đậu xanh khô
- ½ củ hành vừa, thái nhỏ (tổng cộng ½ cốc / 80 g)
- 1 tép tỏi, nghiền nát
- 1 muỗng canh rau mùi tây lá phẳng thái nhỏ
- 2 muỗng canh rau mùi thái nhỏ
- ¼ muỗng cà phê ớt cayenne
- ½ muỗng cà phê thì là
- ½ muỗng cà phê rau mùi
- ¼ muỗng cà phê bạch đậu khấu
- ½ muỗng cà phê bột nở
- 3 muỗng canh nước
- 1½ muỗng canh bột mì đa dụng
- khoảng 3 chén / 750 ml dầu hướng dương, để chiên ngập dầu
- ½ muỗng cà phê hạt mè, để phủ
- muối

## HƯỚNG DẪN

a) Đặt đậu gà vào một cái bát lớn và đổ nước lạnh ít nhất gấp đôi thể tích của chúng. Đặt sang một bên để ngâm qua đêm.

b) Ngày hôm sau, vớt đậu xanh ra để ráo nước rồi trộn với hành, tỏi, rau mùi tây và ngò. Để có kết quả tốt nhất, hãy sử dụng máy xay thịt cho phần tiếp theo. Cho hỗn hợp đậu gà qua máy một lần, đặt ở chế độ tốt nhất, sau đó cho hỗn hợp đậu xanh qua máy lần thứ hai. Nếu bạn không có máy xay thịt, hãy sử dụng máy xay thực phẩm. Xay hỗn hợp theo từng đợt, đập từng đợt trong 30 đến 40 giây, cho đến khi hỗn hợp được thái nhỏ nhưng không bị nhão hoặc nhão và tự dính lại với nhau. Sau khi chế biến, thêm gia vị, bột nở, ¾ muỗng cà phê muối, bột mì và nước. Trộn đều tay cho đến khi mịn và đồng nhất. Đậy hỗn hợp và để trong tủ lạnh ít nhất 1 giờ hoặc cho đến khi sẵn sàng sử dụng.

c) Đổ một lượng dầu vừa đủ vào chảo sâu, có đáy dày đến 2¾ inch / 7 cm lên các mặt chảo. Đun nóng dầu đến 350°F / 180°C.
d) Dùng tay ướt, ấn 1 muỗng canh hỗn hợp vào lòng bàn tay để tạo thành một miếng bánh hoặc viên tròn có kích thước bằng quả óc chó nhỏ, khoảng 1 oz / 25 g (bạn cũng có thể dùng muỗng kem ướt để làm điều này ).
e) Rắc đều hạt mè lên các viên bột và chiên ngập dầu từng mẻ trong 4 phút, cho đến khi chín vàng đều. Điều quan trọng là chúng thực sự khô ở bên trong, vì vậy hãy đảm bảo rằng chúng có đủ thời gian ngâm trong dầu. Để ráo trong một cái chao có lót khăn giấy và dùng ngay.

## 37. Quả lúa mì & củ cải Thụy Sĩ với mật lựu

Làm cho: 4

## THÀNH PHẦN

- 1⅓ lb / 600 g củ cải Thụy Sĩ hoặc củ cải cầu vồng
- 2 muỗng canh dầu ô liu
- 1 muỗng canh bơ không ướp muối
- 2 củ tỏi tây lớn, phần màu trắng và xanh nhạt, thái lát mỏng (tổng cộng 3 cốc / 350 g)
- 2 muỗng canh đường nâu nhạt
- khoảng 3 muỗng canh mật lựu
- 1¼ cốc / 200 g quả lúa mì có vỏ hoặc không có vỏ
- 2 chén / 500 ml nước dùng gà
- muối và hạt tiêu đen mới xay
- Sữa chua Hy Lạp, để phục vụ

## HƯỚNG DẪN

a) Tách thân trắng của củ cải ra khỏi lá xanh bằng dao nhỏ, sắc. Cắt thân cây thành lát ⅜ inch / 1 cm và lá thành lát ¾ inch / 2 cm.

b) Đun nóng dầu và bơ trong chảo lớn có đáy nặng. Thêm tỏi tây và nấu, khuấy, trong 3 đến 4 phút. Thêm thân củ cải và nấu trong 3 phút, sau đó thêm lá và nấu thêm 3 phút nữa. Thêm đường, 3 muỗng canh mật lựu, và quả lúa mì và trộn đều. Thêm nước dùng, ¾ muỗng cà phê muối và một ít hạt tiêu đen, đun nhỏ lửa và nấu trên lửa nhỏ, đậy nắp trong 60 đến 70 phút. Lúa mì nên được al dente vào thời điểm này.

c) Tháo nắp và, nếu cần, tăng nhiệt và để chất lỏng còn lại bay hơi. Đáy chảo phải khô và có một ít caramel cháy trên đó. Loại bỏ nhiệt.

d) Trước khi dùng, nếm thử và thêm mật đường, muối và hạt tiêu nếu cần; bạn muốn nó sắc nét và ngọt ngào, vì vậy đừng ngại với mật đường của bạn. Phục vụ ấm áp, với một ít sữa chua Hy Lạp.

## 38. Balilah

Làm cho: 4

## THÀNH PHẦN

- 1 chén / 200 g đậu xanh khô
- 1 muỗng cà phê muối nở
- 1 chén / 60 g mùi tây lá phẳng xắt nhỏ
- 2 củ hành xanh, thái lát mỏng
- 1 quả chanh lớn
- 3 muỗng canh dầu ô liu
- 2½ muỗng cà phê thì là
- muối và hạt tiêu đen mới xay

## HƯỚNG DẪN

a) Đêm hôm trước, cho đậu xanh vào một cái bát lớn và đổ nước lạnh ít nhất gấp đôi thể tích của chúng. Thêm baking soda và để ở nhiệt độ phòng để ngâm qua đêm.

b) Xả đậu xanh và đặt chúng vào một cái chảo lớn. Đậy bằng nhiều nước lạnh và đặt trên lửa lớn. Đun sôi, hớt bọt trên mặt nước, sau đó giảm lửa và đun trong 1 đến 1 tiếng rưỡi, cho đến khi đậu gà rất mềm nhưng vẫn giữ nguyên hình dạng.

c) Trong khi đậu xanh đang nấu, cho rau mùi tây và hành lá vào một bát trộn lớn. Gọt vỏ quả chanh bằng cách cắt bỏ phần trên và phần đuôi, đặt lên một tấm ván và dùng một con dao nhỏ sắc bén chạy dọc theo các đường cong của quả chanh để loại bỏ vỏ và cùi trắng. Bỏ vỏ, cùi và hạt rồi băm nhỏ phần thịt. Thêm thịt và tất cả các loại nước trái cây vào bát.

d) Khi đậu xanh đã sẵn sàng, để ráo nước và cho vào bát khi chúng vẫn còn nóng. Thêm dầu ô liu, thì là, ¾ muỗng cà phê muối và một ít tiêu xay. Trộn đều. Để nguội bớt cho đến khi còn ấm, nêm nếm gia vị và dùng.

## 39. Gạo basmati orzo

Làm cho: 6

## THÀNH PHẦN

- 1⅓ cốc / 250 g gạo basmati
- 1 muỗng canh ghee tan chảy hoặc bơ không muối
- 1 muỗng canh dầu hướng dương
- ½ cốc / 85 g orzo
- 2½ cốc / 600 ml nước dùng gà
- 1 muỗng cà phê muối

## HƯỚNG DẪN

a) Vo sạch gạo basmati, sau đó cho vào tô lớn và tráng nhiều nước lạnh. Để nó ngâm trong 30 phút, sau đó để ráo nước.

b) Đun nóng ghee và dầu trên lửa vừa và cao trong một cái chảo có đáy dày vừa phải mà bạn có nắp đậy. Thêm orzo và xào trong 3 đến 4 phút, cho đến khi các hạt chuyển sang màu vàng sẫm. Thêm nước dùng, đun sôi và nấu trong 3 phút. Cho gạo đã ráo nước và muối vào, đun sôi nhẹ, khuấy một hoặc hai lần, đậy nắp chảo và đun trên lửa nhỏ trong 15 phút. Đừng cố mở chảo ra; bạn sẽ cần để cơm chín kỹ.

c) Tắt lửa, mở nắp và nhanh chóng phủ chảo bằng khăn trà sạch. Đặt nắp lại lên trên khăn và để trong 10 phút. Dùng nĩa xới cơm trước khi ăn.

## 40. Cơm nghệ tây với dâu tây, quả hồ trăn và các loại thảo mộc hỗn hợp

Làm cho: 6

## THÀNH PHẦN

- 2½ muỗng canh / 40 g bơ không ướp muối
- 2 chén / 360 g gạo basmati, rửa sạch dưới nước lạnh và để ráo nước
- 2⅓ cốc / 560 ml nước sôi
- 1 muỗng cà phê sợi nghệ tây, ngâm trong 3 muỗng canh nước sôi trong 30 phút
- ¼ cốc / 40 g dâu tây khô, ngâm vài phút trong nước sôi với một chút đường
- 1 oz / 30 g thì là, thái nhỏ
- ⅔ oz / 20 g rau mùi, thái nhỏ
- ⅓ oz / 10 g ngải giấm, thái nhỏ
- ½ cốc / 60 g hạt dẻ cười không ướp muối, nướng nhẹ
- muối và hạt tiêu trắng mới xay

## HƯỚNG DẪN

a) Đun chảy bơ trong một cái chảo vừa và cho gạo vào khuấy đều, đảm bảo rằng các loại ngũ cốc được phủ đều trong bơ. Thêm nước sôi, 1 muỗng cà phê muối và một ít tiêu trắng. Trộn đều, đậy nắp kín và để nấu ở nhiệt độ rất thấp trong 15 phút. Đừng cố mở chảo ra; bạn sẽ cần để cơm chín kỹ.

b) Lấy chảo gạo ra khỏi bếp — gạo sẽ hút hết nước — và đổ nước nghệ lên một mặt gạo, phủ khoảng 1/4 bề mặt và để lại phần lớn màu trắng. Đậy chảo ngay lập tức bằng khăn trà và đậy chặt nắp lại. Đặt sang một bên trong 5 đến 10 phút.

c) Dùng thìa lớn để lấy phần cơm trắng vào một bát trộn lớn và dùng nĩa xới đều lên. Để ráo nước dâu tây và khuấy chúng vào, tiếp theo là các loại thảo mộc và hầu hết quả hồ trăn, để lại một ít để trang trí. Trộn đều. Dùng nĩa xới cơm nghệ tây và nhẹ nhàng trộn vào cơm trắng. Đừng trộn quá nhiều—bạn không muốn các hạt màu trắng bị ố vàng. Nếm và điều chỉnh gia vị. Chuyển cơm vào một bát phục vụ cạn và rắc hạt dẻ cười còn lại lên trên. Thưởng thức khi còn nóng hoặc ở nhiệt độ phòng.

## 41. Basmati & gạo hoang dã với đậu xanh, nho & thảo mộc

Làm cho: 6

**THÀNH PHẦN**

- ⅓ chén / 50 g gạo tẻ
- 2½ muỗng canh dầu ô liu
- tròn 1 chén / 220 g gạo basmati
- 1½ cốc / 330 ml nước sôi
- 2 muỗng cà phê hạt thì là
- 1½ muỗng cà phê bột cà ri
- 1½ cốc / 240 g đậu gà nấu chín và ráo nước (đóng hộp cũng được)
- ¾ cốc / 180 ml dầu hướng dương
- 1 củ hành vừa, thái lát mỏng
- 1½ muỗng cà phê bột mì đa dụng
- ⅔ cốc / 100 g nho
- 2 muỗng canh rau mùi tây lá phẳng
- 1 muỗng canh rau mùi xắt nhỏ
- 1 muỗng canh thì là xắt nhỏ
- muối và hạt tiêu đen mới xay

**HƯỚNG DẪN**

a) Bắt đầu bằng cách cho gạo vào nồi nhỏ, đổ nhiều nước, đun sôi rồi để lửa nhỏ trong khoảng 40 phút, cho đến khi gạo chín nhưng vẫn còn khá chắc. Xả và đặt sang một bên.

b) Để nấu cơm basmati, đổ 1 muỗng canh dầu ô liu vào chảo vừa có nắp vừa vặn và đặt trên lửa lớn. Thêm gạo và ¼ muỗng cà phê muối và khuấy khi bạn làm nóng cơm. Cẩn thận thêm nước sôi, giảm nhiệt xuống rất thấp, đậy nắp chảo và để nấu trong 15 phút.

c) Lấy chảo ra khỏi bếp, đậy bằng khăn trà sạch rồi đậy nắp và tắt bếp trong 10 phút.

d) Trong khi nấu cơm, chuẩn bị đậu xanh. Đun nóng 1½ muỗng canh dầu ô liu còn lại trong một cái chảo nhỏ trên lửa lớn. Thêm hạt thì là và bột cà ri, đợi vài giây rồi thêm đậu xanh và ¼ thìa cà phê muối; đảm bảo bạn làm điều này nhanh chóng nếu không gia vị có thể bị cháy trong dầu. Khuấy trên lửa trong một hoặc hai phút, chỉ để làm nóng đậu gà, sau đó chuyển sang một bát trộn lớn.

e) Lau sạch chảo, đổ dầu hướng dương vào và đặt trên lửa lớn. Đảm bảo dầu nóng bằng cách cho một miếng hành tây nhỏ vào; nó sẽ kêu xèo xèo mạnh mẽ. Dùng tay trộn đều hành tây với bột mì cho hơi dính. Lấy một ít hành tây và cẩn thận (nó có thể nhổ ra!) Cho vào dầu. Chiên trong 2 đến 3 phút, cho đến khi vàng nâu, sau đó chuyển sang khăn giấy để ráo nước và rắc muối. Lặp lại từng đợt cho đến khi tất cả hành tây được chiên.

f) Cuối cùng, thêm cả hai loại gạo vào đậu xanh rồi thêm nho, rau thơm và hành tây chiên. Khuấy, nếm và thêm muối và hạt tiêu tùy thích. Thưởng thức khi còn nóng hoặc ở nhiệt độ phòng.

## 42. Risotto lúa mạch với Feta ướp

Làm cho: 4

**THÀNH PHẦN**

- 1 cốc / 200 g lúa mạch ngọc trai
- 2 muỗng canh / 30 g bơ lạt
- 6 muỗng canh / 90 ml dầu ô liu
- 2 cọng cần tây nhỏ, cắt thành xúc xắc ¼-inch / 0,5cm
- 2 củ hẹ nhỏ, cắt thành xúc xắc ¼-inch / 0,5cm
- 4 tép tỏi, cắt thành xúc xắc 1/16-inch / 2 mm
- 4 nhánh cỏ xạ hương
- ½ muỗng cà phê ớt bột hun khói
- 1 lá nguyệt quế
- 4 dải vỏ chanh
- ¼ muỗng cà phê ớt mảnh
- một quả cà chua xắt nhỏ đóng hộp 14-oz / 400g
- 3 chén / 700 ml nước dùng rau củ
- 1¼ cốc / 300 ml passata (cà chua nghiền nát)
- 1 muỗng canh hạt thì là
- 10½ oz / 300 g phô mai feta, chia thành các miếng khoảng ¾ inch / 2 cm
- 1 muỗng canh lá oregano tươi
- muối

**HƯỚNG DẪN**

a) Rửa sạch lúa mạch ngọc trai dưới nước lạnh và để ráo nước.

b) Đun chảy bơ và 2 muỗng canh dầu ô liu trong chảo rất lớn và nấu cần tây, hẹ tây và tỏi trên lửa nhỏ trong 5 phút cho đến khi mềm. Thêm lúa mạch, húng tây, ớt bột, lá nguyệt quế, vỏ chanh, mảnh ớt, cà chua, nước dùng, passata và muối. Khuấy để kết hợp. Đun sôi hỗn hợp, sau đó giảm lửa nhỏ và nấu trong 45 phút, khuấy thường xuyên để đảm bảo risotto không bắt vào đáy chảo. Khi đã sẵn sàng, lúa mạch phải mềm và hầu hết chất lỏng được hấp thụ.

c) Trong khi đó, nướng hạt caraway trên chảo khô trong vài phút. Sau đó nghiền nhẹ chúng để còn lại một số hạt nguyên vẹn. Thêm chúng vào feta với 4 muỗng canh / 60 ml dầu ô liu còn lại và trộn nhẹ nhàng để kết hợp.

d) Khi món risotto đã sẵn sàng, hãy kiểm tra gia vị và sau đó chia cho bốn bát cạn. Trên cùng với feta đã ướp, bao gồm cả dầu và rắc lá oregano.

## 43. Conchiglie với Sữa chua, Đậu Hà Lan & Chile

Làm cho: 6

## THÀNH PHẦN

- 2½ cốc / 500 g sữa chua Hy Lạp
- ⅔ chén / 150 ml dầu ô liu
- 4 tép tỏi, đập dập
- 1 lb / 500 g đậu Hà Lan đông lạnh tươi hoặc rã đông
- 1 lb / 500 g mì ống conchiglie
- ½ cốc / 60 g hạt thông
- 2 muỗng cà phê ớt Thổ Nhĩ Kỳ hoặc Syria (hoặc ít hơn, tùy thuộc vào độ cay của chúng)
- 1⅔ cốc / 40 g lá húng quế, xé nhỏ
- 8 oz / 240 g phô mai feta, chia thành nhiều miếng
- muối và hạt tiêu trắng mới xay

## HƯỚNG DẪN

a) Cho sữa chua, 6 muỗng canh / 90 ml dầu ô liu, tỏi và ⅔ cốc / 100 g đậu Hà Lan vào máy xay thực phẩm. Đánh thành nước sốt màu xanh nhạt đồng nhất và chuyển sang một bát trộn lớn.

b) Nấu mì ống trong nước sôi có nhiều muối cho đến khi mềm. Khi nấu mì ống, đun nóng dầu ô liu còn lại trong chảo nhỏ trên lửa vừa. Thêm hạt thông và ớt vụn và chiên trong 4 phút, cho đến khi hạt có màu vàng và dầu có màu đỏ đậm. Ngoài ra, đun những hạt đậu còn lại trong một ít nước sôi, sau đó để ráo nước.

c) Cho mì ống đã nấu chín vào một cái chao, lắc đều để loại bỏ nước và cho mì ống dần dần vào nước sốt sữa chua; thêm tất cả cùng một lúc có thể khiến sữa chua bị tách. Thêm đậu ấm, húng quế, feta, 1 thìa cà phê muối và ½ thìa cà phê tiêu trắng. Quăng nhẹ nhàng, chuyển sang từng bát riêng lẻ và dùng thìa phủ lên hạt thông và dầu của chúng.

## 44. Mejadra

Làm cho: 6

**THÀNH PHẦN**

- 1¼ cốc / 250 g đậu lăng xanh hoặc nâu
- 4 củ hành vừa (1½ lb / 700 g trước khi bóc vỏ)
- 3 muỗng canh bột mì đa dụng
- khoảng 1 chén/250ml dầu hướng dương
- 2 muỗng cà phê hạt thì là
- 1½ muỗng canh hạt rau mùi
- 1 chén / 200 g gạo basmati
- 2 muỗng canh dầu ô liu
- ½ muỗng cà phê bột nghệ
- 1½ muỗng cà phê tiêu xay
- 1½ muỗng cà phê bột quế
- 1 muỗng cà phê đường
- 1½ cốc / 350 ml nước
- muối và hạt tiêu đen mới xay

**HƯỚNG DẪN**

a) Cho đậu lăng vào nồi nhỏ, đổ nhiều nước, đun sôi và nấu trong 12 đến 15 phút, cho đến khi đậu lăng mềm nhưng vẫn còn hơi bùi. Xả và đặt sang một bên.

b) Gọt vỏ hành tây và cắt lát mỏng. Cho ra đĩa phẳng rộng, rắc bột mì và 1 thìa muối vào, dùng tay trộn đều. Đun nóng dầu hướng dương trong một cái chảo có đáy dày vừa phải đặt trên lửa lớn. Đảm bảo dầu nóng bằng cách cho một miếng hành tây nhỏ vào; nó sẽ kêu xèo xèo mạnh mẽ. Giảm nhiệt xuống mức trung bình cao và cẩn thận (có thể bị khạc ra!) Thêm một phần ba số hành tây thái lát. Chiên từ 5 đến 7 phút, thỉnh thoảng khuấy bằng thìa có rãnh cho đến khi hành tây có màu vàng nâu đẹp mắt và giòn (điều chỉnh nhiệt độ để hành tây không chiên quá nhanh và bị cháy). Dùng thìa để chuyển hành tây sang một cái rổ có lót khăn giấy và rắc thêm một chút muối. Làm tương tự với hai mẻ hành còn lại; thêm một chút dầu nếu cần thiết.

c) Lau sạch cái chảo mà bạn đã xào hành tây và cho hạt thì là và rau mùi vào. Đặt trên lửa vừa và nướng hạt trong một hoặc hai phút. Thêm gạo, dầu ô liu, bột nghệ, hạt tiêu, quế, đường, ½ muỗng cà phê muối và nhiều hạt tiêu đen. Khuấy để dầu phủ lên gạo, sau đó thêm đậu lăng đã nấu chín và nước. Đun sôi, đậy nắp và đun trên lửa rất nhỏ trong 15 phút.
d) Tắt bếp, nhấc nắp ra và nhanh chóng phủ chảo bằng khăn trà sạch. Đậy chặt nắp và để riêng trong 10 phút.
e) Cuối cùng, thêm một nửa hành tây chiên vào cơm và đậu lăng và khuấy nhẹ bằng nĩa. Đổ hỗn hợp vào một cái bát nông và phủ phần hành tây còn lại lên trên.

# 45. maqluba

Làm cho: 4 ĐẾN 6

**THÀNH PHẦN**

- 2 quả cà tím vừa (tổng cộng 1½ lb / 650 g), cắt thành lát ¼ inch / 0,5cm
- 1⅔ cốc / 320 g gạo basmati
- 6 đến 8 đùi gà không xương, còn da, tổng cộng khoảng 1¾ lb / 800 g
- 1 củ hành tây lớn, cắt làm tư theo chiều dọc
- 10 hạt tiêu đen
- 2 lá nguyệt quế
- 4 cốc/ 900ml nước
- dầu hướng dương, để chiên
- 1 súp lơ trung bình (1 lb / 500 g), chia thành những bông hoa lớn
- bơ tan chảy, để bôi trơn chảo
- 3 đến 4 quả cà chua chín vừa (tổng cộng 12 oz / 350 g), cắt thành lát dày ¼ inch / 0,5cm
- 4 tép tỏi lớn, giảm một nửa
- 1 muỗng cà phê bột nghệ
- 1 muỗng cà phê bột quế
- 1 muỗng cà phê tiêu xay
- ¼ muỗng cà phê tiêu đen mới xay
- 1 muỗng cà phê hỗn hợp gia vị baharat (mua ở cửa hàng hoặcxem công thức)
- 3½ muỗng canh / 30 g hạt thông, chiên với 1 muỗng canh / 15 g ghee hoặc bơ không muối cho đến khi vàng
- Sữa chua với dưa leo, phục vụ
- muối

**HƯỚNG DẪN**

a) Đặt các lát cà tím lên khăn giấy, rắc muối lên cả hai mặt và để trong 20 phút cho cà ra bớt nước.

b) Gạo vo sạch, ngâm với nhiều nước lạnh và 1 thìa muối ít nhất 30 phút.

c) Trong khi đó, làm nóng một cái chảo lớn trên lửa vừa và cao và áp chảo gà trong 3 đến 4 phút cho mỗi mặt, cho đến khi có màu vàng nâu (da gà tiết ra đủ dầu để nấu; nếu cần, hãy thêm một ít dầu hướng dương). Thêm hành tây, hạt tiêu, lá nguyệt quế và nước. Đun sôi, sau đó đậy nắp và nấu trên lửa nhỏ trong 20 phút. Lấy gà ra khỏi chảo và đặt nó sang một bên. Lọc nước dùng và để dành cho lần sau, hớt mỡ.

d) Trong khi gà đang nấu, hãy làm nóng chảo hoặc lò nướng kiểu Hà Lan, tốt nhất là loại không dính và có đường kính khoảng 9,5 inch / 24 cm và sâu 5 inch / 12 cm, ở nhiệt độ trung bình cao. Thêm lượng dầu hướng dương vừa đủ ngập các mặt chảo khoảng ¾ inch / 2 cm. Khi bạn bắt đầu thấy những bong bóng nhỏ nổi lên, hãy cẩn thận (nó có thể phun ra!) Cho một số bông súp lơ vào dầu và chiên cho đến khi có màu vàng nâu, tối đa 3 phút. Sử dụng một cái muỗng có rãnh để chuyển mẻ đầu tiên sang khăn giấy và rắc muối. Lặp lại với súp lơ còn lại.

e) Thấm khô các lát cà tím bằng khăn giấy và chiên theo mẻ tương tự.

f) Lấy dầu ra khỏi chảo và lau sạch chảo. Nếu đó không phải là chảo chống dính, hãy lót đáy bằng một vòng tròn giấy da được cắt theo kích thước chính xác và phết một ít bơ đun chảy lên các mặt. Bây giờ bạn đã sẵn sàng tạo lớp maqluba.

g) Bắt đầu bằng cách sắp xếp các lát cà chua thành một lớp, chồng lên nhau, tiếp theo là các lát cà tím. Tiếp theo xếp các miếng súp lơ và đùi gà vào. Vớt gạo ra cho ráo nước rồi trải lên lớp cuối cùng và rải các lát tỏi lên trên. Đong 3 cốc / 700 ml nước dùng gà dành riêng và trộn tất cả các loại gia vị, cộng với 1 thìa cà phê muối. Đổ hỗn hợp này lên cơm rồi dùng tay ấn nhẹ xuống, đảm bảo tất cả cơm đều ngập nước kho. Thêm một ít nước hoặc nước nếu cần.

h) Đặt chảo trên lửa vừa và đun nhỏ lửa; nước kho không cần đun quá lửa nhưng bạn cần đảm bảo nước sôi thật kỹ trước khi đậy nắp chảo, giảm lửa nhỏ và nấu ở lửa nhỏ trong 30 phút. Đừng cố mở chảo ra; bạn sẽ cần để cơm chín kỹ. Lấy chảo ra khỏi bếp, mở nắp và nhanh chóng đặt một chiếc khăn trà sạch lên trên chảo, sau đó đậy nắp lại. Để yên trong 10 phút.

i) Sau khi đã sẵn sàng, hãy tháo nắp, úp đĩa hoặc đĩa phục vụ hình tròn lớn lên trên chảo đang mở, và cẩn thận nhưng nhanh chóng úp ngược chảo và đĩa lại với nhau, giữ chắc cả hai mặt. Để chảo trên đĩa trong 2 đến 3 phút, sau đó nhấc nó ra từ từ và cẩn thận. Trang trí với hạt thông và dùng với Sữa chua với dưa chuột.

## 46. Couscous với cà chua và hành tây

Làm cho: 4

**THÀNH PHẦN**

- 3 muỗng canh dầu ô liu
- 1 củ hành vừa, thái nhỏ (tổng cộng 1 cốc / 160 g)
- 1 muỗng canh bột cà chua
- ½ muỗng cà phê đường
- 2 quả cà chua thật chín, cắt hạt lựu ¼ inch / 0,5cm (tổng cộng 1¾ cốc / 320 g)
- 1 cốc / 150 g couscous
- 1 cốc / 220 ml nước luộc gà hoặc rau củ
- 2½ muỗng canh / 40 g bơ không ướp muối
- muối và hạt tiêu đen mới xay

**HƯỚNG DẪN**

a) Đổ 2 muỗng canh dầu ô liu vào chảo chống dính có đường kính khoảng 8½ inch / 22 cm và đặt trên lửa vừa. Thêm hành tây và nấu trong 5 phút, khuấy thường xuyên, cho đến khi nó mềm nhưng không có màu. Khuấy bột cà chua và đường và nấu trong 1 phút. Thêm cà chua, ½ muỗng cà phê muối và một ít hạt tiêu đen và nấu trong 3 phút.

b) Trong khi đó, cho couscous vào một cái bát nông, đổ nước dùng đang sôi lên trên và dùng màng bọc thực phẩm bọc lại. Đặt sang một bên trong 10 phút, sau đó tháo nắp và dùng nĩa đánh tơi couscous. Thêm nước sốt cà chua và khuấy đều.

c) Lau sạch chảo và đun nóng bơ và 1 muỗng canh dầu ô liu còn lại trên lửa vừa. Khi bơ đã tan chảy, múc couscous múc vào chảo và dùng mặt sau của thìa vỗ nhẹ xuống để tất cả được gói gọn trong chảo. Đậy nắp chảo, giảm nhiệt xuống mức thấp nhất và để hầm hấp trong 10 đến 12 phút, cho đến khi bạn có thể nhìn thấy màu nâu nhạt xung quanh các cạnh. Sử dụng một cái thìa bù hoặc một con dao để giúp bạn nhìn giữa mép của bánh mì hầm và mặt bên của chảo: bạn muốn có một cạnh thực sự sắc nét trên khắp đế và các mặt.

d) Úp ngược một chiếc đĩa lớn lên trên chảo và nhanh chóng úp ngược chảo và đĩa lại với nhau, thả couscous lên đĩa. Thưởng thức khi còn nóng hoặc ở nhiệt độ phòng.

# SÚP

## 47. Súp cải xoong đậu xanh nước hoa hồng

Làm cho: 4

**THÀNH PHẦN**

- 2 củ cà rốt vừa (tổng cộng 9 oz / 250 g), cắt thành xúc xắc ¾ inch / 2 cm
- 3 muỗng canh dầu ô liu
- 2½ muỗng cà phê ras el hanout
- ½ muỗng cà phê bột quế
- 1½ chén / 240 g đậu xanh nấu chín, tươi hoặc đóng hộp
- 1 củ hành vừa, thái lát mỏng
- 2½ muỗng canh / 15 g gừng tươi gọt vỏ và thái nhỏ
- 2½ cốc / 600 ml nước dùng rau củ
- 7 oz/200 g cải xoong
- 3½ oz / 100 g lá cải bó xôi
- 2 muỗng cà phê đường siêu mịn
- 1 muỗng cà phê nước hoa hồng
- muối
- Sữa chua Hy Lạp, để phục vụ (tùy chọn)
- Làm nóng lò ở nhiệt độ 425°F / 220°C.

**HƯỚNG DẪN**

a) Trộn cà rốt với 1 muỗng canh dầu ô liu, ras el hanout, quế và một chút muối rồi trải phẳng trong chảo rang có lót giấy da. Cho vào lò nướng 15 phút, sau đó cho một nửa chỗ đậu xanh vào, đảo đều và nấu thêm 10 phút nữa, đến khi cà rốt mềm nhưng vẫn còn miếng.

b) Trong khi đó, đặt hành tây và gừng vào một cái chảo lớn. Xào với dầu ô liu còn lại trong khoảng 10 phút trên lửa vừa, cho đến khi hành tây mềm và vàng hoàn toàn. Thêm đậu xanh còn lại, nước dùng, cải xoong, rau bina, đường và ¾ thìa cà phê muối, khuấy đều và đun sôi. Nấu trong một hoặc hai phút, cho đến khi lá héo.

c) Sử dụng máy xay thực phẩm hoặc máy xay sinh tố, xay súp cho đến khi mịn. Thêm nước hoa hồng, khuấy đều, nếm thử và thêm muối hoặc nước hoa hồng nếu thích. Đặt sang một bên cho đến khi cà rốt và đậu xanh sẵn sàng, sau đó hâm nóng lại để dùng.

d) Để phục vụ, chia súp thành bốn bát và phủ cà rốt và đậu gà nóng lên trên, nếu muốn, khoảng 2 thìa cà phê sữa chua mỗi phần.

## 48. Sữa chua nóng & súp lúa mạch

Làm cho: 4

**THÀNH PHẦN**

- 6¾ cốc / 1,6 lít nước
- 1 cốc / 200 g lúa mạch ngọc trai
- 2 củ hành vừa, thái nhỏ
- 1½ muỗng cà phê bạc hà khô
- 4 muỗng canh / 60 g bơ lạt
- 2 quả trứng lớn, bị đánh đập
- 2 cốc/400 g sữa chua Hy Lạp
- ⅔ oz / 20 g bạc hà tươi, xắt nhỏ
- ⅓ oz / 10 g rau mùi tây lá phẳng, xắt nhỏ
- 3 củ hành xanh, thái lát mỏng
- muối và hạt tiêu đen mới xay

**HƯỚNG DẪN**

a) Đun sôi nước với lúa mạch trong một cái chảo lớn, thêm 1 thìa cà phê muối và đun nhỏ lửa cho đến khi lúa mạch chín nhưng vẫn còn mềm, khoảng 15 đến 20 phút. Loại bỏ nhiệt. Sau khi nấu xong, bạn sẽ cần 4¾ cốc / 1,1 lít chất lỏng nấu súp; thêm nước nếu bạn còn lại ít hơn do bay hơi.

b) Trong khi nấu lúa mạch, xào hành tây và bạc hà khô trên lửa vừa trong bơ cho đến khi mềm, khoảng 15 phút. Thêm phần này vào lúa mạch đã nấu chín.

c) Đánh đều trứng và sữa chua trong một bát trộn chịu nhiệt lớn. Từ từ trộn một ít lúa mạch và nước, mỗi lần một muôi cho đến khi sữa chua ấm lên. Điều này sẽ làm dịu sữa chua và trứng và ngăn chúng tách ra khi thêm vào chất lỏng nóng. Thêm sữa chua vào nồi súp và vặn lửa vừa, khuấy liên tục, cho đến khi súp sôi rất nhẹ. Tắt bếp, thêm rau thơm và hành lá xắt nhỏ và kiểm tra gia vị. Phục vụ nóng.

## 49. Súp thịt cừu và đậu Cannellini

Làm cho: 4

**THÀNH PHẦN**

- 1 muỗng canh dầu hướng dương
- 1 củ hành tây nhỏ (tổng cộng 5 oz / 150 g), thái nhỏ
- ¼ củ cần tây nhỏ, gọt vỏ và cắt thành xúc xắc ¼ inch / 0,5 cm (tổng cộng 6 oz / 170 g)
- 20 tép tỏi lớn, bóc vỏ nhưng để nguyên
- 1 muỗng cà phê thì là
- 1 lb / 500 g thịt cừu hầm (hoặc thịt bò nếu bạn thích), cắt thành khối ¾-inch / 2cm
- 7 cốc / 1,75 lít nước
- ½ cốc / 100 g cannellini hoặc đậu pinto khô, ngâm qua đêm với nhiều nước lạnh, sau đó để ráo nước
- 7 quả bạch đậu khấu, nghiền nhẹ
- ½ muỗng cà phê bột nghệ
- 2 muỗng canh tương cà chua
- 1 muỗng cà phê đường siêu mịn
- 9 oz / 250 g Yukon Gold hoặc khoai tây ruột vàng khác, gọt vỏ và cắt thành khối ¾ inch / 2cm
- muối và hạt tiêu đen mới xay
- bánh mì, để phục vụ
- nước chanh mới vắt, để phục vụ
- rau mùi xắt nhỏ hoặcChug

**HƯỚNG DẪN**

a) Đun nóng dầu trong chảo lớn và nấu hành tây và rễ cần tây trên lửa vừa cao trong 5 phút hoặc cho đến khi hành tây bắt đầu chuyển sang màu nâu. Thêm tép tỏi và thì là và nấu thêm 2 phút nữa. Tắt lửa và đặt sang một bên.

b) Đặt thịt và nước vào một cái chảo lớn hoặc lò nướng của Hà Lan trên lửa vừa và cao, đun sôi, hạ lửa và đun nhỏ lửa trong 10 phút, thường xuyên hớt bọt trên bề mặt cho đến khi bạn có được nước dùng trong. Thêm hỗn hợp hành tây và rễ cần tây, đậu ráo nước, bạch đậu khấu, nghệ, bột cà chua và đường. Đun sôi, đậy nắp và đun nhỏ lửa trong 1 giờ hoặc cho đến khi thịt mềm.

c) Cho khoai tây vào súp và nêm 1 thìa cà phê muối và ½ thìa cà phê tiêu đen. Đun sôi trở lại, giảm nhiệt và đun nhỏ lửa, không đậy nắp, trong 20 phút nữa hoặc cho đến khi khoai tây và đậu mềm. Súp nên dày. Để bọt bong bóng lâu hơn một chút, nếu cần, giảm bớt hoặc thêm một ít nước. Hương vị và thêm nhiều gia vị theo ý thích của bạn. Phục vụ súp với bánh mì và một ít nước cốt chanh và rau mùi tươi xắt nhỏ, hoặc zhoug.

## 50. Súp hải sản & thì là

Làm cho: 4

## THÀNH PHẦN

- 2 muỗng canh dầu ô liu
- 4 tép tỏi, thái lát mỏng
- 2 củ thì là (tổng cộng 10½ oz / 300 g), tỉa và cắt thành miếng mỏng
- 1 củ khoai tây sáp lớn (tổng cộng 7 oz / 200 g), gọt vỏ và cắt thành khối ⅔-inch / 1,5cm
- 3 cốc / 700 ml nước dùng cá (hoặc nước dùng gà hoặc rau, nếu thích)
- ½ quả chanh bảo quản vừa (tổng cộng ½ oz / 15 g), mua ở cửa hàng hoặcxem công thức
- 1 ớt đỏ, thái lát (tùy chọn)
- 6 quả cà chua (tổng cộng 14 oz / 400 g), gọt vỏ và cắt làm tư
- 1 muỗng canh ớt bột ngọt
- một nhúm nghệ tây tốt
- 4 muỗng canh rau mùi tây lá phẳng thái nhỏ
- 4 miếng cá vược phi lê (tổng cộng khoảng 10½ oz / 300 g), còn da, cắt làm đôi
- 14 con hến (tổng cộng khoảng 8 oz / 220 g)
- 15 con nghêu (tổng cộng khoảng 4½ oz / 140 g)
- 10 con tôm sú (tổng cộng khoảng 8 oz / 220 g), còn nguyên vỏ hoặc đã bóc vỏ và bỏ chỉ
- 3 muỗng canh arak, ouzo hoặc Pernod
- 2 muỗng cà phê tarragon xắt nhỏ (tùy chọn)
- muối và hạt tiêu đen mới xay

## HƯỚNG DẪN

a) Cho dầu ô liu và tỏi vào chảo rán rộng, có vành thấp và nấu trên lửa vừa trong 2 phút mà không làm màu tỏi. Khuấy thì là và khoai tây và nấu thêm 3 đến 4 phút nữa. Thêm nước dùng và chanh bảo quản, nêm ¼ muỗng cà phê muối và một ít tiêu đen, đun sôi, sau đó đậy nắp và nấu trên lửa nhỏ trong 12 đến 14 phút cho đến khi khoai tây chín. Thêm ớt (nếu dùng), cà chua, gia vị và một nửa rau mùi tây và nấu thêm 4 đến 5 phút nữa.

b) Tại thời điểm này, thêm tới 1¼ cốc / 300 ml nước khác, chỉ cần lượng vừa đủ để có thể ngập cá để luộc chín và đun sôi lại. Thêm cá chẽm và động vật có vỏ, đậy nắp chảo và đun sôi khá mạnh trong 3 đến 4 phút, cho đến khi động vật có vỏ mở ra và tôm chuyển sang màu hồng.

c) Dùng thìa có rãnh, vớt cá và động vật có vỏ ra khỏi súp. Nếu súp vẫn còn hơi nước, hãy để súp sôi thêm vài phút nữa để giảm bớt. Thêm arak và nếm gia vị.

d) Cuối cùng, cho sò và cá trở lại nồi súp để hâm nóng lại. Phục vụ ngay lập tức, trang trí với phần còn lại của rau mùi tây và ngải giấm, nếu sử dụng.

## 51. <u>súp hồ trăn</u>

Làm cho: 4

**THÀNH PHẦN**

- 2 muỗng canh nước sôi
- ¼ muỗng cà phê sợi nghệ tây
- 1⅔ cốc / 200 g quả hồ trăn không muối đã bóc vỏ
- 2 muỗng canh / 30 g bơ lạt
- 4 củ hẹ, thái nhỏ (tổng cộng 3½ oz / 100 g)
- 1 oz / 25 g gừng, gọt vỏ và thái nhỏ
- 1 tỏi tây, thái nhỏ (tổng cộng 1¼ cốc / 150 g)
- 2 muỗng cà phê thì là
- 3 chén / 700 ml nước dùng gà
- ⅓ cốc / 80 ml nước cam tươi vắt
- 1 muỗng canh nước cốt chanh tươi
- muối và hạt tiêu đen mới xay
- kem chua, để phục vụ

**HƯỚNG DẪN**

a) Làm nóng lò ở 350°F / 180°C. Đổ nước sôi lên các sợi nghệ tây trong một cốc nhỏ và để ngấm trong 30 phút.

b) Để loại bỏ vỏ quả hồ trăn, hãy chần quả hồ trăn trong nước sôi trong 1 phút, để ráo nước và khi còn nóng, loại bỏ vỏ bằng cách ấn vào quả hồ trăn giữa các ngón tay của bạn. Không phải tất cả vỏ sẽ bong ra như với hạnh nhân — điều này không sao vì nó sẽ không ảnh hưởng đến món súp — nhưng loại bỏ một số vỏ sẽ cải thiện màu sắc, làm cho nó có màu xanh sáng hơn. Trải quả hồ trăn ra khay nướng và nướng trong lò trong 8 phút. Lấy ra và để nguội.

c) Đun nóng bơ trong một cái chảo lớn và thêm hẹ tây, gừng, tỏi tây, thì là, ½ muỗng cà phê muối và một ít hạt tiêu đen. Xào trên lửa vừa trong 10 phút, khuấy thường xuyên cho đến khi hẹ mềm hoàn toàn. Thêm nước dùng và một nửa chất lỏng nghệ tây. Đậy nắp chảo, giảm nhiệt và để súp sôi trong 20 phút.

d) Cho tất cả trừ 1 thìa hạt dẻ cười vào một bát lớn cùng với một nửa súp. Sử dụng máy xay sinh tố cầm tay để xay cho đến khi mịn và sau đó cho lại vào nồi. Thêm nước cam và chanh, hâm nóng và nếm để điều chỉnh gia vị.

e) Để phục vụ, hãy cắt nhỏ những quả hồ trăn đã để riêng. Chuyển súp nóng vào bát và phủ một thìa kem chua lên trên. Rắc quả hồ trăn và mưa phùn với chất lỏng nghệ tây còn lại.

## 52. Súp Cà Tím & Mograbieh

Làm cho: 4

## THÀNH PHẦN

- 5 quả cà tím nhỏ (tổng cộng khoảng 2½ lb / 1,2 kg)
- dầu hướng dương, để chiên
- 1 củ hành tây, thái lát (tổng cộng khoảng 1 cốc / 125 g)
- 1 muỗng canh hạt thì là, mới xay
- 1½ muỗng cà phê bột cà chua
- 2 quả cà chua lớn (tổng cộng 12 oz / 350 g), gọt vỏ và thái hạt lựu
- 1½ cốc / 350 ml nước dùng gà hoặc rau
- 1⅔ cốc / 400 ml nước
- 4 tép tỏi, đập dập
- 2½ muỗng cà phê đường
- 2 muỗng canh nước cốt chanh tươi
- ⅓ cốc / 100 g mograbieh, hoặc loại thay thế, chẳng hạn như maftoul, fregola hoặc couscous khổng lồ (xemphần về Couscous)
- 2 muỗng canh húng quế xắt nhỏ, hoặc 1 muỗng canh thì là xắt nhỏ, tùy chọn
- muối và hạt tiêu đen mới xay

## HƯỚNG DẪN

a) Bắt đầu bằng cách đốt ba quả cà tím. Để làm điều này, hãy làm theo các hướng dẫn choCà tím cháy với tỏi, chanh và hạt lựu.

b) Cắt cà tím còn lại thành xúc xắc ⅔-inch / 1,5cm. Đun nóng khoảng ⅔ cốc / 150 ml dầu trong chảo lớn trên lửa vừa và cao. Khi nó nóng, thêm xúc xắc cà tím. Chiên trong 10 đến 15 phút, khuấy thường xuyên, cho đến khi có màu đều; thêm một chút dầu nếu cần để luôn có một ít dầu trong chảo. Vớt cà ra, cho vào rổ để ráo nước, rắc muối.

c) Đảm bảo rằng bạn còn khoảng 1 muỗng canh dầu trong chảo, sau đó thêm hành tây và thìa là và xào trong khoảng 7 phút, khuấy thường xuyên. Thêm bột cà chua và nấu thêm một phút nữa trước khi thêm cà chua, nước dùng, nước, tỏi, đường, nước cốt chanh, 1½ thìa cà phê muối và một ít hạt tiêu đen. Đun nhỏ lửa trong 15 phút.

d) Trong khi đó, đun sôi một nồi nhỏ nước muối và thêm mograbieh hoặc chất thay thế. Nấu cho đến khi chín; điều này sẽ thay đổi tùy theo nhãn hiệu nhưng sẽ mất từ 15 đến 18 phút (kiểm tra gói). Xả và làm mới dưới nước lạnh.

e) Chuyển thịt cà tím bị cháy vào súp và xay thành chất lỏng mịn bằng máy xay cầm tay. Thêm mograbieh và cà tím chiên, giữ lại một ít để trang trí ở cuối và đun nhỏ lửa thêm 2 phút nữa. Nếm và điều chỉnh gia vị. Ăn nóng, với mograbieh dành riêng và cà tím chiên bên trên và trang trí với húng quế hoặc thì là, nếu bạn thích.

## 53. Súp cà chua bột chua

Làm cho: 4

**THÀNH PHẦN**

- 2 muỗng canh dầu ô liu, cộng thêm để hoàn thành
- 1 củ hành tây lớn, xắt nhỏ (tổng cộng 1⅔ cốc / 250 g)
- 1 muỗng cà phê hạt thì là
- 2 tép tỏi, nghiền nát
- 3 cốc / 750 ml nước dùng rau củ
- 4 quả cà chua chín lớn, xắt nhỏ (tổng cộng 4 cốc / 650 g)
- một quả cà chua Ý cắt nhỏ đóng hộp 14-oz / 400g
- 1 muỗng canh đường siêu mịn
- 1 lát bánh mì bột chua (tổng cộng 1½ oz / 40 g)
- 2 muỗng canh rau mùi xắt nhỏ, cộng thêm để hoàn thành
- muối và hạt tiêu đen mới xay

**HƯỚNG DẪN**

a) Đun nóng dầu trong chảo vừa và thêm hành tây. Xào khoảng 5 phút, khuấy thường xuyên cho đến khi hành tây trong mờ. Thêm thì là và tỏi và chiên trong 2 phút. Đổ nước dùng, cả hai loại cà chua, đường, 1 thìa cà phê muối và một ít tiêu đen xay vào.

b) Đun súp ở mức lửa nhỏ và nấu trong 20 phút, thêm bánh mì, xé thành từng miếng, nấu được nửa chừng. Cuối cùng cho hành ngò vào rồi dùng máy xay sinh tố xay vài lần để cà chua nát nhưng còn hơi thô và nhiều múi. Súp nên khá dày; thêm một ít nước nếu nó quá đặc vào thời điểm này. Dọn ra, rưới dầu và rắc ngò tươi.

## 54. Súp gà trong suốt với knaidlach

Làm cho: 4

**THÀNH PHẦN**

- 1 con gà thả rông, khoảng 4½ lb / 2 kg, được chia thành các phần tư, còn tất cả xương, cùng với lòng nếu bạn có thể lấy được và bất kỳ cánh hoặc xương thừa nào bạn có thể lấy từ người bán thịt
- 1½ muỗng cà phê dầu hướng dương
- 1 chén / 250 ml rượu trắng khô
- 2 củ cà rốt, gọt vỏ và cắt thành lát ¾ inch / 2 cm (tổng cộng 2 cốc / 250 g)
- 4 cọng cần tây (tổng cộng khoảng 10½ oz / 300 g), cắt thành các đoạn 2½ inch / 6cm
- 2 củ hành vừa (tổng cộng khoảng 12 oz / 350 g), cắt thành 8 miếng
- 1 củ cải lớn (7 oz / 200 g), gọt vỏ, tỉa và cắt thành 8 đoạn
- 2 oz / 50 g bó mùi tây lá dẹt
- 2 oz / 50 g bó rau mùi
- 5 nhánh cỏ xạ hương
- 1 nhánh hương thảo nhỏ
- ¾ oz / 20 g thì là, cộng thêm để trang trí
- 3 lá nguyệt quế
- 3½ oz / 100 g gừng tươi, thái lát mỏng
- 20 hạt tiêu đen
- 5 quả tiêu
- muối

KNAIDLACH (Làm: 12 ĐẾN 15)

- 2 quả trứng cực lớn
- 2½ muỗng canh / 40 g bơ thực vật hoặc mỡ gà, đun chảy và để nguội một chút
- 2 muỗng canh rau mùi tây phẳng thái nhỏ
- ⅔ cốc / 75 g bột matzo
- 4 muỗng canh nước soda
- muối và hạt tiêu đen mới xay

**HƯỚNG DẪN**

a) Để làm knaidlach, đánh trứng trong một bát vừa cho đến khi sủi bọt. Cho bơ thực vật tan chảy vào đánh đều, sau đó cho ½ muỗng cà phê muối, một ít hạt tiêu đen và rau mùi tây. Dần dần, khuấy trong bột matzo, tiếp theo là nước soda và khuấy đều thành một hỗn hợp đồng nhất. Đậy nắp bát và làm lạnh bột cho đến khi nguội và cứng lại, ít nhất một hoặc hai giờ và tối đa trước một ngày.

b) Lót một tấm nướng bằng bọc nhựa. Dùng tay ướt và thìa, nặn bột thành những viên tròn có kích thước bằng quả óc chó nhỏ và đặt lên khay nướng.

c) Thả các viên matzo vào một nồi nước muối sôi nhẹ. Che một phần bằng nắp và giảm nhiệt xuống mức thấp. Đun nhỏ lửa cho đến khi mềm, khoảng 30 phút.

d) Sử dụng một chiếc thìa có rãnh, chuyển knaidlach lên một tấm nướng sạch, nơi chúng có thể nguội bớt, sau đó được làm lạnh trong tối đa một ngày. Hoặc, họ có thể đi thẳng vào súp nóng.

e) Đối với món súp, hãy loại bỏ phần mỡ thừa ra khỏi thịt gà và loại bỏ. Đổ dầu vào một cái chảo rất lớn hoặc lò nướng của Hà Lan và nướng các miếng gà trên lửa lớn ở tất cả các mặt, từ 3 đến 4 phút. Lấy ra khỏi chảo, đổ dầu và lau chảo. Thêm rượu và để nó sủi bọt trong một phút. Cho gà trở lại, đậy nắp bằng nước và đun nhỏ lửa thật nhẹ. Đun nhỏ lửa khoảng 10 phút, hớt bỏ váng. Thêm cà rốt, cần tây, hành tây và củ cải. Buộc tất cả các loại thảo mộc thành một bó bằng dây và thêm vào nồi. Thêm lá nguyệt quế, gừng, hạt tiêu, hạt tiêu và 1½ thìa cà phê muối, sau đó đổ đủ nước để ngập mọi thứ.

f) Đun súp trở lại ở mức lửa nhỏ và nấu trong 1 tiếng rưỡi, thỉnh thoảng hớt bọt và thêm nước nếu cần để mọi thứ được đậy kín. Nhấc gà ra khỏi súp và gỡ thịt ra khỏi xương. Cho thịt vào bát với một ít nước dùng để giữ ẩm và cho vào tủ lạnh; dự trữ cho mục đích sử dụng khác. Cho xương trở lại nồi và đun nhỏ lửa trong một giờ nữa, thêm nước vừa đủ để ngập xương và rau. Lọc súp nóng và loại bỏ các loại thảo mộc, rau và xương. Hâm nóng knaidlach đã nấu chín trong súp. Khi chúng còn nóng, dọn súp và knaidlach trong những chiếc bát nông, rắc thì là.

## 55. Súp freekeh cay với thịt viên

Làm cho: 6
THỊT VIÊN

**THÀNH PHẦN**

- 14 oz / 400 g thịt bò xay, thịt cừu hoặc kết hợp cả hai
- 1 củ hành tây nhỏ (tổng cộng 5 oz / 150 g), thái hạt lựu
- 2 muỗng canh rau mùi tây phẳng thái nhỏ
- ½ muỗng cà phê tiêu xay
- ¼ muỗng cà phê bột quế
- 3 muỗng canh bột mì đa dụng
- 2 muỗng canh dầu ô liu
- muối và hạt tiêu đen mới xay
- CANH
- 2 muỗng canh dầu ô liu
- 1 củ hành tây lớn (tổng cộng 9 oz / 250 g), xắt nhỏ
- 3 tép tỏi, đập dập
- 2 củ cà rốt (tổng cộng 9 oz / 250 g), gọt vỏ và cắt thành khối ⅜ inch / 1cm
- 2 cọng cần tây (tổng cộng 5 oz / 150 g), cắt thành khối ⅜ inch / 1 cm
- 3 quả cà chua lớn (tổng cộng 12 oz / 350 g), xắt nhỏ
- 2½ muỗng canh / 40 g bột cà chua
- 1 muỗng canh hỗn hợp gia vị baharat (mua ở cửa hàng hoặcxem công thức)
- 1 muỗng canh rau mùi
- 1 thanh quế
- 1 muỗng canh đường siêu mịn
- 1 cốc / 150 g freekeh crack
- 2 chén/ 500ml nước dùng bò
- 2 chén / 500 ml nước dùng gà
- 3¼ cốc / 800 ml nước nóng
- ⅓ oz / 10 g rau mùi, xắt nhỏ
- 1 quả chanh, cắt thành 6 nêm

**HƯỚNG DẪN**

a) Bắt đầu với thịt viên. Trong một bát lớn, trộn thịt, hành tây, rau mùi tây, tiêu, quế, ½ thìa cà phê muối và ¼ thìa cà phê tiêu. Dùng tay trộn đều rồi vo hỗn hợp thành những viên tròn cỡ quả bóng bàn rồi lăn qua bột mì; bạn sẽ nhận được khoảng 15. Đun nóng dầu ô liu trong một lò nướng lớn của Hà Lan và chiên thịt viên trên lửa vừa trong vài phút cho đến khi có màu vàng nâu ở tất cả các mặt. Lấy thịt viên ra và để sang một bên.

b) Lau sạch chảo bằng khăn giấy và thêm dầu ô liu cho súp. Trên lửa vừa, xào hành tây và tỏi trong 5 phút. Khuấy cà rốt và cần tây và nấu trong 2 phút. Thêm cà chua, bột cà chua, gia vị, đường, 2 thìa cà phê muối và ½ thìa cà phê tiêu và nấu thêm 1 phút nữa. Khuấy freekeh và nấu trong 2 đến 3 phút. Thêm nước dùng, nước nóng và thịt viên. Đun sôi, giảm nhiệt và đun nhỏ lửa trong 35 đến 45 phút nữa, thỉnh thoảng khuấy, cho đến khi freekeh đầy đặn và mềm. Súp nên khá dày. Giảm hoặc thêm một ít nước khi cần thiết. Cuối cùng nêm nếm gia vị vừa ăn.

c) Múc canh nóng ra bát, rắc hành ngò. Phục vụ nêm chanh ở bên cạnh.

# NHỒI

## 56. Quince nhồi thịt cừu với lựu & rau mùi

Làm cho: 4

**THÀNH PHẦN**

- 14 oz / 400 g thịt cừu xay
- 1 tép tỏi, nghiền nát
- 1 quả ớt đỏ, xắt nhỏ
- ⅔ oz / 20 g rau mùi, xắt nhỏ, cộng với 2 muỗng canh, để trang trí
- ½ cốc / 50 g vụn bánh mì
- 1 muỗng cà phê tiêu xay
- 2 muỗng canh gừng tươi nghiền mịn
- 2 củ hành vừa, thái nhỏ (tổng cộng 1⅓ cốc / 220 g)
- 1 quả trứng thả rông lớn
- 4 quả mộc qua (tổng cộng 2¾ lb / 1,3 kg)
- nước cốt của ½ quả chanh, cộng với 1 muỗng canh nước cốt chanh tươi
- 3 muỗng canh dầu ô liu
- 8 quả bạch đậu khấu
- 2 muỗng cà phê mật lựu
- 2 muỗng cà phê đường
- 2 chén / 500 ml nước dùng gà
- hạt của ½ quả lựu
- muối và hạt tiêu đen mới xay

**HƯỚNG DẪN**

a) Cho thịt cừu vào tô trộn cùng với tỏi, ớt, rau mùi, vụn bánh mì, hạt tiêu, một nửa số gừng, một nửa hành tây, trứng, ¾ muỗng cà phê muối và một ít hạt tiêu. Trộn đều tay và để sang một bên.

b) Gọt vỏ mộc qua và cắt đôi theo chiều dọc. Cho chúng vào tô nước lạnh có vắt ½ quả chanh để chúng không bị thâm. Dùng dụng cụ nạo dưa hoặc thìa nhỏ để loại bỏ hạt rồi khoét rỗng nửa quả mộc qua để bạn còn lại phần vỏ ⅔ inch / 1,5 cm. Giữ lại phần thịt đã nạo. Đổ đầy hỗn hợp thịt cừu vào các chỗ rỗng, dùng tay ấn xuống.

c) Đun nóng dầu ô liu trong một cái chảo lớn mà bạn có nắp đậy. Cho phần thịt mộc qua đã để sẵn vào máy xay thực phẩm, băm nhuyễn rồi chuyển hỗn hợp vào chảo cùng với phần hành tây, gừng và vỏ bạch đậu khấu còn lại. Xào trong 10 đến 12 phút, cho đến khi hành tây mềm. Thêm mật đường, 1 muỗng canh nước cốt chanh, đường, nước dùng, ½ muỗng cà phê muối và một ít tiêu đen vào trộn đều. Thêm nửa quả mộc qua vào nước sốt, với phần thịt nhồi hướng lên trên, hạ lửa nhỏ, đậy nắp chảo và nấu trong khoảng 30 phút. Cuối cùng, mộc qua phải mềm hoàn toàn, thịt chín kỹ và nước sốt đặc. Nhấc nắp và đun nhỏ lửa trong một hoặc hai phút để giảm bớt nước sốt nếu cần.
d) Phục vụ ấm hoặc ở nhiệt độ phòng, rắc hạt lựu và rau mùi.

## 57. “Bánh” củ cải & thịt bê

Làm cho: 4

**THÀNH PHẦN**

- 1⅔ cốc / 300 g gạo basmati
- 14 oz / 400 g thịt bê xay, thịt cừu hoặc thịt bò
- ½ cốc / 30 g mùi tây lá phẳng xắt nhỏ
- 1½ muỗng cà phê hỗn hợp gia vị baharat (mua ở cửa hàng hoặcxem công thức)
- ½ muỗng cà phê bột quế
- ½ muỗng cà phê ớt mảnh
- 2 muỗng canh dầu ô liu
- 10 đến 15 củ cải vừa (tổng cộng 3¼ lb / 1,5 kg)
- khoảng 1⅔ cốc / 400 ml dầu hướng dương
- 2 cốc/300 g cà chua xắt nhỏ, đóng hộp cũng được
- 1½ muỗng canh bột me
- ¾ cốc cộng với 2 muỗng canh / 200 ml nước dùng gà, nóng
- 1 cốc/250ml nước
- 1½ muỗng canh đường siêu mịn
- 2 nhánh cỏ xạ hương, nhặt lá
- muối và hạt tiêu đen mới xay

**HƯỚNG DẪN**

a) Vo gạo và để ráo nước. Cho vào một bát trộn lớn và thêm thịt, rau mùi tây, baharat, quế, 2 thìa cà phê muối, ½ thìa cà phê tiêu, ớt và dầu ô liu. Trộn đều và để một bên.

b) Gọt vỏ củ cải và cắt thành lát dày ⅜ inch / 1 cm. Đun nóng đủ dầu hướng dương trên lửa vừa và cao đến ¾ inch / 2 cm trên các mặt của chảo rán lớn. Chiên các lát củ cải theo mẻ từ 3 đến 4 phút mỗi mẻ cho đến khi vàng. Cho ra đĩa có lót giấy thấm dầu, rắc chút muối, để nguội.

c) Cho cà chua, me, nước dùng, nước, đường, 1 thìa cà phê muối và ½ thìa cà phê tiêu vào tô trộn lớn. Đánh đều. Đổ khoảng một phần ba lượng chất lỏng này vào một cái chảo có đáy nặng, trung bình (đường kính 9½ inch / 24 cm). Xếp 1/3 lát củ cải vào bên trong. Thêm một nửa hỗn hợp gạo và cấp. Sắp xếp một lớp củ cải khác, tiếp theo là nửa thứ hai của gạo. Kết thúc với củ cải cuối cùng, dùng tay ấn nhẹ xuống. Đổ phần nước cà chua còn lại lên lớp củ cải và cơm rồi rắc cỏ xạ hương. Nhẹ nhàng trượt thìa xuống thành nồi để nước ép chảy xuống đáy.

d) Đặt trên lửa vừa và đun sôi. Hạ nhiệt xuống mức tối thiểu tuyệt đối, đậy nắp và đun nhỏ lửa trong 1 giờ. Tắt lửa, mở nắp và để yên trong 10 đến 15 phút trước khi ăn. Rất tiếc là không thể úp bánh ra đĩa vì bánh không giữ được hình dạng nên phải dùng thìa múc ra.

## 58. Hành tây nhồi

Làm: KHOẢNG 16 CÂY HÀNH TẠO

**THÀNH PHẦN**

- 4 củ hành lớn (tổng cộng 2 lb / 900 g, đã bóc vỏ) khoảng 1⅔ cốc / 400 ml nước dùng rau củ
- 1½ muỗng canh mật lựu
- muối và hạt tiêu đen mới xay
- HỖN HỢP
- 1½ muỗng canh dầu ô liu
- 1 chén / 150 g hẹ thái nhỏ
- ½ chén / 100 g gạo hạt ngắn
- ¼ cốc / 35 g hạt thông, nghiền nhỏ
- 2 muỗng canh bạc hà tươi xắt nhỏ
- 2 muỗng canh rau mùi tây lá phẳng
- 2 muỗng cà phê bạc hà khô
- 1 muỗng cà phê thì là
- ⅛ muỗng cà phê đinh hương xay
- ¼ muỗng cà phê tiêu xay
- ¾ muỗng cà phê muối
- ½ muỗng cà phê tiêu đen mới xay
- 4 lát chanh (tùy chọn)

**HƯỚNG DẪN**

a) Gọt vỏ và cắt khoảng ¼ inch / 0,5 cm phần ngọn và đuôi của củ hành tây, cho củ hành tây đã tỉa vào một cái chảo lớn với nhiều nước, đun sôi và nấu trong 15 phút. Xả và đặt sang một bên để làm mát.

b) Để chuẩn bị nhồi, làm nóng dầu ô liu trong chảo vừa trên lửa vừa và cao và thêm hẹ tây. Xào trong 8 phút, khuấy thường xuyên, sau đó thêm tất cả các thành phần còn lại trừ chanh. Vặn lửa nhỏ và tiếp tục nấu và khuấy trong 10 phút.

c) Dùng một con dao nhỏ rạch một đường dài từ trên xuống dưới của củ hành, chạy dọc vào tâm sao cho mỗi lớp hành chỉ có một đường rạch xuyên qua. Bắt đầu nhẹ nhàng tách các lớp hành tây lần lượt cho đến khi chạm đến phần lõi. Đừng lo lắng nếu một số lớp bị rách một chút do bong tróc; bạn vẫn có thể sử dụng chúng.

d) Giữ một lớp hành tây trong một bàn tay khum và múc khoảng 1 muỗng canh hỗn hợp gạo vào một nửa củ hành tây, đặt phần nhân gần một đầu của lỗ. Đừng bị cám dỗ để lấp đầy nó nhiều hơn, vì nó cần phải được bọc đẹp và vừa vặn. Gấp mặt trống của củ hành tây lên trên mặt nhồi thịt và cuộn chặt lại để cơm được phủ một vài lớp hành tây và không có không khí ở giữa. Đặt vào một cái chảo vừa có nắp đậy, mặt có đường may úp xuống và tiếp tục với hỗn hợp hành và gạo còn lại. Đặt hành tây cạnh nhau trong chảo để không có khoảng trống để di chuyển. Điền vào bất kỳ khoảng trống nào với các phần của hành tây chưa được nhồi. Thêm lượng nước vừa đủ sao cho ngập 3/4 hành tây, cùng với mật đường hạt lựu và nêm ¼ thìa cà phê muối.

e) Đậy nắp chảo và nấu trên lửa nhỏ nhất có thể trong 1 tiếng rưỡi đến 2 giờ, cho đến khi chất lỏng bay hơi hết. Phục vụ ấm hoặc ở nhiệt độ phòng, với chanh nếu bạn thích.

## 59. Mở Kibbeh

Làm cho: 6

## THÀNH PHẦN

- 1 cốc / 125 g lúa mì bulgur mịn
- 1 cốc/200ml nước
- 6 muỗng canh / 90 ml dầu ô liu
- 2 tép tỏi, nghiền nát
- 2 củ hành vừa, thái nhỏ
- 1 quả ớt xanh, thái nhỏ
- 12 oz / 350 g thịt cừu xay
- 1 muỗng cà phê tiêu xay
- 1 muỗng cà phê bột quế
- 1 muỗng cà phê rau mùi
- 2 muỗng canh rau mùi xắt nhỏ
- ½ cốc / 60 g hạt thông
- 3 muỗng canh rau mùi tây lá phẳng xắt nhỏ
- 2 muỗng canh bột mì tự nổi, cộng thêm một chút nếu cần
- 3½ muỗng canh / 50 g bột tahini nhẹ
- 2 muỗng cà phê nước cốt chanh tươi
- 1 muỗng cà phê sumac
- muối và hạt tiêu đen mới xay

## HƯỚNG DẪN

a) Làm nóng lò ở 400°F / 200°C. Lót giấy sáp vào khuôn lò xo 8 inch / 20cm.
b) Đặt bulgur vào một cái bát lớn và phủ nước lên trên. Để yên trong 30 phút.
c) Trong khi đó, đun nóng 4 muỗng canh dầu ô liu trong chảo lớn trên lửa vừa và cao. Xào tỏi, hành tây và ớt cho đến khi chúng mềm hoàn toàn. Lấy mọi thứ ra khỏi chảo, đun ở nhiệt độ cao và thêm thịt cừu. Nấu trong 5 phút, khuấy liên tục cho đến khi có màu nâu.
d) Cho hỗn hợp hành tây trở lại chảo và thêm gia vị, ngò, ½ thìa cà phê muối, một ít tiêu đen xay, hầu hết các loại hạt thông và rau

mùi tây, để một ít sang một bên. Nấu trong vài phút, tắt bếp, nếm và điều chỉnh gia vị.

e) Kiểm tra bulgur để xem tất cả nước đã được hấp thụ chưa. Xả để loại bỏ bất kỳ chất lỏng còn lại. Thêm bột mì, 1 muỗng canh dầu ô liu, ¼ muỗng cà phê muối và một chút hạt tiêu đen rồi dùng tay trộn đều mọi thứ thành một hỗn hợp dẻo vừa dính với nhau; thêm một chút bột nếu hỗn hợp rất dính. Đẩy mạnh vào đáy của chảo dạng lò xo để nó được nén chặt và cân bằng. Trải đều hỗn hợp thịt cừu lên trên và ấn xuống một chút. Nướng trong khoảng 20 phút, cho đến khi thịt có màu nâu sẫm và rất nóng.

f) Trong khi chờ đợi, trộn hỗn hợp tahini với nước cốt chanh, 3½ muỗng canh / 50 ml nước và một chút muối. Bạn đang theo đuổi một loại nước sốt rất đặc nhưng có thể đổ được. Nếu cần, thêm một chút nước.

g) Lấy bánh kibbeh ra khỏi lò, phết đều sốt tahini lên trên, rắc hạt thông đã để riêng và rau mùi tây xắt nhỏ rồi cho trở lại lò nướng ngay. Nướng trong 10 đến 12 phút, cho đến khi tahini vừa đông lại và có một chút màu sắc, và hạt thông có màu vàng.

h) Lấy ra khỏi lò và để nguội cho đến khi ấm hoặc ở nhiệt độ phòng. Trước khi phục vụ, rắc cây thù du lên trên và rưới phần dầu còn lại lên trên. Cẩn thận tháo các mặt chảo và cắt kibbeh thành lát. Nâng chúng nhẹ nhàng để chúng không bị gãy.

## 60. Kubbeh hamusta

Làm cho: 6

**THÀNH PHẦN**

NHỰA KUBBEH

- 1½ muỗng canh dầu hướng dương
- ½ củ hành vừa, thái nhỏ (tổng cộng ½ cốc / 75 g)
- 12 oz / 350 g thịt bò xay
- ½ muỗng cà phê tiêu xay
- 1 tép tỏi lớn, nghiền nát
- 2 cọng cần tây nhạt, thái nhỏ, hoặc một lượng lá cần tây xắt nhỏ tương đương (½ cốc / tổng cộng 60 g)
- muối và hạt tiêu đen mới xay
- TRƯỜNG HỢP KUBBEH
- 2 chén / 325 g bột báng
- 5 muỗng canh / 40 g bột mì đa dụng
- 1 cốc / 220ml nước nóng
- CANH
- 4 tép tỏi, đập dập
- 5 cọng cần tây, nhặt lá và cắt cuống thành các lát ⅔-inch / 1,5cm (tổng cộng 2 cốc / 230 g)
- 10½ oz / 300 g lá củ cải Thụy Sĩ, chỉ phần xanh, cắt thành dải ⅔-inch / 2cm
- 2 muỗng canh dầu hướng dương
- 1 củ hành tây lớn, xắt nhỏ (tổng cộng 1¼ chén / 200 g)
- 2 lít / 2 lít nước dùng gà
- 1 quả bí xanh lớn, cắt thành khối ⅜-inch / 1cm (tổng cộng 1⅔ cốc / 200 g)
- 6½ muỗng canh / 100 ml nước chanh mới vắt, cộng thêm nếu cần
- chanh nêm, để phục vụ

**HƯỚNG DẪN**

a) Đầu tiên, chuẩn bị nhồi thịt. Đun nóng dầu trong chảo vừa và thêm hành tây. Nấu trên lửa vừa cho đến khi trong mờ, khoảng 5 phút. Thêm thịt bò, hạt tiêu, ¾ thìa cà phê muối và một ít tiêu đen xay nhuyễn và đảo đều khi nấu trong 3 phút, chỉ cho đến khi có màu nâu. Giảm nhiệt xuống mức trung bình thấp và để thịt nấu từ từ trong khoảng 20 phút, cho đến khi khô hoàn toàn, thỉnh thoảng khuấy. Cuối cùng, thêm tỏi và cần tây, nấu thêm 3 phút nữa rồi bắc ra khỏi bếp. Nếm và điều chỉnh gia vị. Để nguội.

b) Trong khi nấu hỗn hợp thịt bò, hãy chuẩn bị hộp kubbeh. Trộn semolina, bột mì và ¼ muỗng cà phê muối trong một bát trộn lớn. Dần dần thêm nước, khuấy bằng thìa gỗ và sau đó dùng tay cho đến khi bạn có được một khối bột dính. Che bằng một miếng vải ẩm và đặt sang một bên để nghỉ ngơi trong 15 phút.

c) Nhào bột trong vài phút trên bề mặt làm việc. Nó phải dẻo dai và có thể trải rộng mà không bị nứt. Thêm một ít nước hoặc bột mì nếu cần. Để làm há cảo, bạn lấy một tô nước và làm ướt tay (nhớ tay ướt trong suốt quá trình để không bị dính). Lấy một miếng bột nặng khoảng 1 oz / 30 g và ấn dẹt trong lòng bàn tay; bạn đang nhắm đến các đĩa có đường kính 4 inch/10 cm. Cho khoảng 2 muỗng cà phê nhân vào giữa. Gấp các mép trên phần nhân để che lại rồi dán kín bên trong. Lăn kubbeh giữa hai bàn tay của bạn để tạo thành một quả bóng rồi ấn nó xuống thành hình tròn, phẳng dày khoảng 1¼ inch / 3 cm. Đặt bánh bao lên khay có bọc nhựa và rưới một ít nước rồi để sang một bên.

d) Đối với món súp, cho tỏi, một nửa cần tây và một nửa củ cải vào máy xay thực phẩm và xay nhuyễn. Đun nóng dầu trong một cái chảo lớn trên lửa vừa và xào hành tây trong khoảng 10 phút, cho đến khi có màu vàng nhạt. Thêm cần tây và bột củ cải và nấu thêm 3 phút nữa. Thêm nước dùng, bí xanh, cần tây và củ cải còn lại, nước cốt chanh, 1 thìa cà phê muối và ½ thìa cà phê tiêu đen. Đun sôi và nấu trong 10 phút, sau đó nếm và điều chỉnh gia vị. Nó cần được sắc nét, vì vậy hãy thêm một thìa nước cốt chanh nếu cần.

e) Cuối cùng, cẩn thận thêm kubbeh vào súp — mỗi lần một ít để chúng không dính vào nhau — và đun nhỏ lửa trong 20 phút. Để yên trong nửa giờ để chúng lắng và mềm, sau đó hâm nóng lại và dùng. Kèm theo một lát chanh để có thêm vị chanh.

# 61. <u>Ớt Romano nhồi bông</u>

Làm cho: 4 CHUNG

**THÀNH PHẦN**

- 8 ớt Romano vừa hoặc ớt ngọt khác
- 1 quả cà chua lớn, xắt nhỏ (tổng cộng 1 cốc / 170 g)
- 2 củ hành vừa, thái nhỏ (tổng cộng 1⅔ cốc / 250 g)
- khoảng 2 chén / 500 ml nước dùng rau củ
- HỖN HỢP
- ¾ chén / 140 g gạo basmati
- 1½ muỗng canh hỗn hợp gia vị baharat (mua ở cửa hàng hoặcxem công thức)
- ½ muỗng cà phê bạch đậu khấu
- 2 muỗng canh dầu ô liu
- 1 củ hành tây lớn, thái nhỏ (tổng cộng 1⅓ cốc / 200 g)
- 14 oz / 400 g thịt cừu xay
- 2½ muỗng canh rau mùi tây lá phẳng
- 2 muỗng canh thì là xắt nhỏ
- 1½ muỗng canh bạc hà khô
- 1½ muỗng cà phê đường
- muối và hạt tiêu đen mới xay

**HƯỚNG DẪN**

a) Bắt đầu với nhồi. Cho gạo vào nồi và đậy bằng nước muối nhẹ. Đun sôi rồi nấu trong 4 phút. Xả, làm mới dưới nước lạnh và đặt sang một bên.

b) Cho gia vị vào chảo chiên khô. Thêm dầu ô liu và hành tây và chiên trong khoảng 7 phút, khuấy thường xuyên, cho đến khi hành tây mềm. Đổ hỗn hợp này cùng với gạo, thịt, rau thơm, đường và 1 thìa cà phê muối vào một bát trộn lớn. Dùng tay trộn đều mọi thứ với nhau.

c) Bắt đầu từ phần cuối cuống, dùng dao nhỏ cắt dọc 3/4 chiều dọc của mỗi quả ớt, không bỏ cuống, tạo một lỗ dài. Không buộc hạt tiêu mở quá nhiều, loại bỏ hạt và sau đó nhồi từng hạt tiêu với một lượng hỗn hợp bằng nhau.

d) Đặt cà chua và hành tây xắt nhỏ vào một cái chảo rất lớn mà bạn có nắp đậy kín. Xếp ớt lên trên, sát nhau và đổ lượng nước vừa đủ sao cho ngập các cạnh của ớt 1 inch / 1 cm. Nêm ½ muỗng cà phê muối và một ít tiêu đen. Đậy nắp chảo và đun nhỏ lửa ở nhiệt độ thấp nhất có thể trong một giờ. Điều quan trọng là nhân vừa được hấp nên nắp phải đậy kín; đảm bảo luôn có một ít chất lỏng ở đáy chảo. Phục vụ ớt ấm, không nóng hoặc ở nhiệt độ phòng.

## 62. Cà tím nhồi thịt cừu & hạt thông

Làm cho: 4 CHUNG

## THÀNH PHẦN

- 4 quả cà tím vừa (khoảng 2½ lb / 1,2 kg), cắt đôi theo chiều dọc
- 6 muỗng canh / 90 ml dầu ô liu
- 1½ muỗng cà phê thì là
- 1½ muỗng canh ớt bột ngọt
- 1 muỗng canh bột quế
- 2 củ hành vừa (tổng cộng 12 oz / 340 g), thái nhỏ
- 1 lb / 500 g thịt cừu xay
- 7 muỗng canh / 50 g hạt thông
- ⅔ oz / 20 g rau mùi tây lá phẳng, thái nhỏ
- 2 muỗng cà phê bột cà chua
- 3 muỗng cà phê đường siêu mịn
- ⅔ cốc / 150 ml nước
- 1½ muỗng canh nước cốt chanh mới vắt
- 1 muỗng cà phê bột me
- 4 thanh quế
- muối và hạt tiêu đen mới xay

## HƯỚNG DẪN

a) Làm nóng lò ở nhiệt độ 425°F / 220°C.

b) Đặt nửa quả cà tím, mặt da úp xuống, vào chảo rang đủ lớn để vừa khít với cà tím. Phết thịt với 4 muỗng canh dầu ô liu và nêm 1 muỗng cà phê muối và nhiều hạt tiêu đen. Nướng trong khoảng 20 phút, cho đến khi vàng nâu. Lấy ra khỏi lò và để nguội một chút.

c) Trong khi nấu cà tím, bạn có thể bắt đầu làm nhân bằng cách đun nóng 2 thìa canh dầu ô liu còn lại trong chảo lớn. Trộn thì là, ớt bột và quế xay với nhau và thêm một nửa hỗn hợp gia vị này vào chảo cùng với hành tây. Nấu trên lửa vừa và cao trong khoảng 8 phút, khuấy thường xuyên trước khi thêm thịt cừu, hạt thông, rau mùi tây, bột cà chua, 1 thìa cà phê đường, 1 thìa cà phê muối và một ít tiêu đen. Tiếp tục nấu và khuấy thêm 8 phút nữa, cho đến khi thịt chín.

d) Cho hỗn hợp gia vị còn lại vào tô và thêm nước, nước cốt chanh, me, 2 thìa cà phê đường còn lại, thanh quế và ½ thìa cà phê muối; trộn đều.

e) Giảm nhiệt độ lò xuống 375°F / 195°C. Đổ hỗn hợp gia vị vào đáy chảo rang cà tím. Thìa hỗn hợp thịt cừu trên mỗi quả cà tím. Dùng giấy nhôm đậy kín chảo, cho trở lại lò nướng và nướng trong 1 tiếng rưỡi, lúc đó cà tím sẽ mềm hoàn toàn và nước sốt đặc lại; hai lần trong khi nấu, lấy giấy bạc ra và phết cà tím với nước sốt, thêm một ít nước nếu nước sốt cạn. Phục vụ ấm, không nóng, hoặc ở nhiệt độ phòng.

## 63. khoai tây nhồi

Làm cho: 4 ĐẾN 6

**THÀNH PHẦN**

- 1 lb / 500 g thịt bò xay
- khoảng 2 cốc / 200 g vụn bánh mì trắng
- 1 củ hành vừa, thái nhỏ (tổng cộng ¾ cốc / 120 g)
- 2 tép tỏi, nghiền nát
- ⅔ oz / 20 g rau mùi tây lá phẳng, thái nhỏ
- 2 muỗng canh lá húng tây, xắt nhỏ
- 1½ muỗng cà phê bột quế
- 2 quả trứng lớn thả rông, bị đánh đập
- 3¼ lb / 1,5 kg khoai tây Yukon Gold cỡ vừa, khoảng 3¾ x 2¼ inch / 9 x 6 cm, gọt vỏ và bổ đôi theo chiều dọc
- 2 muỗng canh rau mùi xắt nhỏ
- muối và hạt tiêu đen mới xay

NƯỚC SỐT CÀ CHUA

- 2 muỗng canh dầu ô liu
- 5 tép tỏi, đập dập
- 1 củ hành vừa, thái nhỏ (tổng cộng ¾ cốc / 120 g)
- 1½ cọng cần tây, thái nhỏ (tổng cộng ⅔ cốc / 80 g)
- 1 củ cà rốt nhỏ, gọt vỏ và thái nhỏ (tổng cộng ½ cốc / 70 g)
- 1 quả ớt đỏ, thái nhỏ
- 1½ muỗng cà phê thì là
- 1 muỗng cà phê tiêu xay
- một nhúm ớt bột hun khói
- 1½ muỗng cà phê ớt bột ngọt
- 1 muỗng cà phê hạt thì là, nghiền bằng cối và chày hoặc máy xay gia vị
- một quả cà chua xắt nhỏ đóng hộp 28-oz / 800g
- 1 muỗng canh bột me
- 1½ muỗng cà phê đường siêu mịn

**HƯỚNG DẪN**

a) Bắt đầu với sốt cà chua. Đun nóng dầu ô liu trong chảo rộng nhất mà bạn có; bạn cũng sẽ cần một cái nắp cho nó. Thêm tỏi, hành tây, cần tây, cà rốt và ớt và xào trên lửa nhỏ trong 10 phút cho đến khi rau mềm. Thêm gia vị, khuấy đều và nấu trong 2 đến 3 phút. Cho cà chua băm nhỏ, me, đường, ½ thìa muối và một ít tiêu đen vào đun sôi. Loại bỏ nhiệt.

b) Để làm khoai tây nhồi, cho thịt bò, vụn bánh mì, hành tây, tỏi, rau mùi tây, cỏ xạ hương, quế, 1 thìa cà phê muối, một ít tiêu đen và trứng vào tô trộn. Sử dụng tay của bạn để kết hợp tất cả các thành phần tốt.

c) Dùng dụng cụ bào hoặc thìa cà phê khoét rỗng từng nửa củ khoai tây, tạo lớp vỏ dày ⅔ inch / 1,5 cm. Nhồi hỗn hợp thịt vào từng khoang, dùng tay ấn xuống sao cho ngập hết khoai tây. Cẩn thận ấn tất cả khoai tây xuống nước sốt cà chua sao cho chúng nằm sát nhau, với phần nhân thịt hướng lên trên. Thêm khoảng 1¼ cốc / 300 ml nước, hoặc chỉ đủ để nước sốt gần ngập miếng chả, đun nhỏ lửa, đậy nắp chảo và nấu từ từ trong ít nhất 1 giờ hoặc thậm chí lâu hơn, cho đến khi nước sốt sánh lại. dày và khoai tây rất mềm. Nếu nước sốt chưa đủ đặc, hãy mở nắp và đun nhỏ lửa trong 5 đến 10 phút. Phục vụ nóng hoặc ấm, trang trí với rau mùi.

## 64. Atisô nhồi với đậu Hà Lan và thì là

Làm cho: 4

**THÀNH PHẦN**

- 14 oz / 400 g tỏi tây, tỉa và cắt thành lát ¼ inch / 0,5cm
- 9 oz / 250 g thịt bò xay
- 1 quả trứng thả rông lớn
- 1 muỗng cà phê tiêu xay
- 1 muỗng cà phê bột quế
- 2 muỗng cà phê bạc hà khô
- 12 atisô cầu trung bình hoặc atisô đông lạnh rã đông (xem phần giới thiệu)
- 6 muỗng canh / 90 ml nước cốt chanh mới vắt, cộng với nước cốt của ½ quả chanh nếu dùng atisô tươi
- ⅓ cốc / 80 ml dầu ô liu
- bột mì đa dụng, để phủ atisô
- khoảng 2 cốc / 500 ml nước dùng gà hoặc rau
- 1⅓ cốc / 200 g đậu Hà Lan đông lạnh
- ⅓ oz / 10 g thì là, thái nhỏ
- muối và hạt tiêu đen mới xay

**HƯỚNG DẪN**

a) Chần tỏi tây trong nước sôi trong 5 phút. Xả, làm mới và vắt kiệt nước.

b) Băm nhỏ tỏi tây và cho vào tô trộn cùng với thịt, trứng, gia vị, bạc hà, 1 thìa cà phê muối và nhiều hạt tiêu. Khuấy đều.

c) Nếu bạn đang sử dụng atisô tươi, hãy chuẩn bị một bát nước và nước cốt của ½ quả chanh. Loại bỏ thân cây atisô và loại bỏ những chiếc lá cứng bên ngoài. Khi bạn chạm đến những chiếc lá nhạt màu, mềm hơn, hãy dùng một con dao lớn sắc bén để cắt ngang bông hoa sao cho bạn còn lại phần tư phía dưới. Sử dụng một con dao nhỏ, sắc hoặc dụng cụ gọt vỏ rau để loại bỏ các lớp bên ngoài của atisô cho đến khi phần đế hoặc đáy lộ ra. Cạo "sặc" đầy lông và cho phần đế vào nước có tính axit. Loại bỏ phần còn lại, sau đó lặp lại với các bông atisô khác.

d) Cho 2 muỗng canh dầu ô liu vào chảo đủ rộng để đặt atisô nằm phẳng và đun nóng trên lửa vừa. Đổ 1 đến 2 muỗng canh hỗn hợp thịt bò vào từng đáy atisô, ấn nhân vào. Nhẹ nhàng lăn đáy trong một ít bột mì, phủ nhẹ và giũ bỏ phần thừa. Chiên trong dầu nóng trong 1 phút rưỡi mỗi mặt. Lau sạch chảo và cho atisô trở lại chảo, xếp chúng phẳng và khít cạnh nhau.

e) Trộn nước dùng, nước cốt chanh và phần dầu còn lại rồi nêm thêm muối và tiêu. Múc từng thìa chất lỏng lên bông atisô cho đến khi chúng ngập gần hết nhưng không ngập hoàn toàn; bạn có thể không cần tất cả chất lỏng. Đặt một miếng giấy da lên atisô, đậy nắp chảo và đun trên lửa nhỏ trong 1 giờ. Khi chúng đã sẵn sàng, chỉ còn lại khoảng 4 muỗng canh chất lỏng. Nếu cần, hãy tháo nắp và giấy và giảm bớt nước sốt. Đặt chảo sang một bên cho đến khi atisô vừa ấm hoặc ở nhiệt độ phòng.

f) Khi đã sẵn sàng phục vụ, chần đậu Hà Lan trong 2 phút. Để ráo nước và cho chúng và thì là vào chảo cùng với atisô, nêm nếm cho vừa ăn và trộn nhẹ nhàng mọi thứ lại với nhau.

# THỊ T

## 65. Đồ nướng hỗn hợp Jerusalem

Làm cho: 4

## THÀNH PHẦN

- 10½ oz / 300 g ức gà không xương, cắt thành khối vuông ¾ inch / 2cm
- 7 oz / 200 g tim gà, cắt đôi theo chiều dọc (tùy chọn)
- 4 muỗng canh dầu ô liu
- 9 oz / 250 g gan gà, làm sạch và thái hạt lựu
- 2 củ hành tây lớn, thái lát mỏng (tổng cộng khoảng 4½ cốc / 500 g)
- 1½ muỗng cà phê bột nghệ
- 1 muỗng canh hỗn hợp gia vị baharat (mua ở cửa hàng hoặcxem công thức)
- muối

## HƯỚNG DẪN

a) Đặt một chiếc chảo gang lớn hoặc chảo nặng khác trên lửa vừa và cao và để trong vài phút, cho đến khi gần bốc khói. Thêm ức gà và để yên trong một phút, khuấy một lần, sau đó nấu cho đến khi chín đều, từ 2 đến 3 phút. Chuyển các miếng vào một cái bát và đặt sang một bên.

b) Cho tim vào chảo và nấu, thỉnh thoảng khuấy, cho đến khi chín vàng nhưng không chín kỹ, từ 2 đến 3 phút. Thêm vào bát.

c) Đổ một muỗng cà phê dầu ô liu vào chảo và thêm gan. Nấu trong 2 đến 3 phút, chỉ khuấy một hoặc hai lần, sau đó lấy ra khỏi chảo.

d) Đổ 2 muỗng canh dầu ô liu vào chảo và thêm một nửa số hành tây. Nấu, khuấy liên tục trong 4 đến 5 phút, cho đến khi hành tây mềm và hơi cháy nhưng không mềm hoàn toàn. Thêm dầu còn lại vào chảo và lặp lại với nửa hành tây thứ hai. Cho mẻ đầu tiên trở lại chảo, cùng với gia vị và các miếng, tim và gan gà đã nấu chín. Nêm ¾ muỗng cà phê muối và tiếp tục nấu trong khoảng 3 phút, vừa nấu vừa cạo chảo cho đến khi gà chín. Phục vụ cùng một lúc.

## 66. Chim cút om mơ me

Thực hiện: 4 NHƯ NGƯỜI BẮT ĐẦU

**THÀNH PHẦN**

- 4 con chim cút cực lớn, khoảng 6½ oz / 190 g mỗi con, cắt làm đôi dọc theo xương ức và lưng
- ¾ muỗng cà phê ớt mảnh
- ¾ muỗng cà phê thì là
- ½ muỗng cà phê hạt thì là, nghiền nhẹ
- 1 muỗng canh dầu ô liu
- 1¼ cốc / 300 ml nước
- 5 muỗng canh/ 75ml rượu trắng
- ⅔ cốc / 80 g quả mơ khô, thái lát dày
- 2½ muỗng canh / 25 g nho
- 1½ muỗng canh đường siêu mịn
- 1½ muỗng canh bột me
- 2 muỗng canh nước cốt chanh tươi
- 1 muỗng cà phê lá húng tây đã chọn
- muối và hạt tiêu đen mới xay
- 2 muỗng canh hỗn hợp ngò và mùi tây lá phẳng, để trang trí (tùy chọn)

**HƯỚNG DẪN**

a) Lau chim cút bằng khăn giấy và đặt vào tô trộn. Rắc ớt mảnh, thì là, hạt thì là, ½ muỗng cà phê muối và một ít hạt tiêu đen. Dùng tay xoa đều, sau đó đậy nắp và để ướp trong tủ lạnh ít nhất 2 tiếng hoặc qua đêm.

b) Đun nóng dầu trên lửa vừa và cao trong chảo vừa đủ lớn để chứa vừa khít những con chim và bạn có nắp đậy. Nướng gà đều các mặt trong khoảng 5 phút để có màu vàng nâu đẹp mắt.

c) Lấy chim cút ra khỏi chảo và loại bỏ phần lớn chất béo, để lại khoảng 1½ muỗng cà phê. Thêm nước, rượu, quả mơ, quả lý chua, đường, quả me, nước cốt chanh, cỏ xạ hương, ½ thìa cà phê muối và một ít hạt tiêu đen. Cho chim cút trở lại chảo. Nước sẽ ngập 3/4 bên của những con chim; nếu không, thêm nhiều nước hơn. Đun sôi, đậy nắp chảo và đun nhỏ lửa trong 20 đến 25 phút, lật chim cút một hoặc hai lần cho đến khi chim vừa chín tới.

d) Nhấc chim cút ra khỏi chảo và lên đĩa phục vụ và giữ ấm. Nếu chất lỏng không quá đặc, hãy đặt nó ở lửa vừa và đun nhỏ lửa trong vài phút để giảm độ đặc của nước sốt. Múc nước sốt lên chim cút và trang trí với rau mùi và mùi tây nếu dùng.

## 67. gà nướng với clementines

Làm cho: 4

**THÀNH PHẦN**

- 6½ muỗng canh / 100 ml arak, ouzo hoặc Pernod
- 4 muỗng canh dầu ô liu
- 3 muỗng canh nước cam tươi vắt
- 3 muỗng canh nước cốt chanh tươi
- 2 muỗng canh hạt mù tạt
- 3 muỗng canh đường nâu nhạt
- 2 củ thì là vừa (tổng cộng 1 lb / 500 g)
- 1 con gà hữu cơ hoặc gà thả rông lớn, khoảng 2¾ lb / 1,3 kg, được chia thành 8 miếng, hoặc cùng trọng lượng đối với đùi gà còn da, có xương
- 4 quả quýt, chưa gọt vỏ (tổng cộng 14 oz / 400 g), cắt theo chiều ngang thành các lát ¼ inch / 0,5cm
- 1 muỗng canh lá húng tây
- 2½ muỗng cà phê hạt thì là, nghiền nhẹ
- muối và hạt tiêu đen mới xay
- mùi tây lá phẳng xắt nhỏ, để trang trí

**HƯỚNG DẪN**

a) Cho sáu nguyên liệu đầu tiên vào một bát trộn lớn và thêm 2½ thìa cà phê muối và 1½ thìa cà phê tiêu đen. Đánh đều và đặt sang một bên.

b) Cắt thì là và cắt đôi từng củ theo chiều dọc. Cắt mỗi nửa thành 4 nêm. Thêm thì là vào chất lỏng, cùng với miếng thịt gà, lát clementine, cỏ xạ hương và hạt thì là. Dùng tay khuấy đều, sau đó để ướp trong tủ lạnh vài tiếng hoặc qua đêm (bỏ qua công đoạn ướp cũng không sao nếu bạn gấp rút về thời gian).

c) Làm nóng lò ở nhiệt độ 475°F / 220°C. Chuyển thịt gà và nước xốt vào khay nướng đủ lớn để có thể chứa mọi thứ một cách thoải mái trong một lớp (khoảng 12 x 14½ inch / 30 x 37 cm chảo); da gà phải ngửa lên. Khi lò đủ nóng, đặt chảo vào lò và nướng trong 35 đến 45 phút, cho đến khi gà đổi màu và chín hẳn. Lấy ra khỏi lò.

d) Nhấc gà, thì là và clementines ra khỏi chảo và bày ra đĩa phục vụ; đậy nắp và giữ ấm. Đổ nước nấu vào nồi nhỏ, đặt lửa vừa-cao, đun sôi rồi đun nhỏ lửa cho đến khi nước sốt cạn còn 1/3, như vậy bạn còn lại khoảng ⅓ cốc / 80 ml. Đổ nước sốt nóng lên gà, trang trí với một ít mùi tây và phục vụ.

## 68. Gà nướng với atisô Jerusalem

Làm cho: 4

**THÀNH PHẦN**

- 1 lb / 450 g Atisô Jerusalem, gọt vỏ và cắt theo chiều dọc thành 6 miếng dày ⅔ inch / 1,5 cm
- 3 muỗng canh nước cốt chanh tươi
- 8 đùi gà còn da, có xương hoặc 1 con gà nguyên con vừa, cắt làm tư
- 12 quả chuối hoặc hẹ lớn khác, giảm một nửa theo chiều dọc
- 12 tép tỏi lớn, thái lát
- 1 quả chanh vừa, cắt đôi theo chiều dọc và sau đó thái lát rất mỏng
- 1 muỗng cà phê sợi nghệ tây
- 3½ muỗng canh / 50 ml dầu ô liu
- ¾ cốc / 150 ml nước lạnh
- 1¼ muỗng canh hạt tiêu hồng, nghiền nhẹ
- ¼ cốc / 10 g lá húng tây tươi
- 1 chén / 40 g lá ngải giấm, xắt nhỏ
- 2 muỗng cà phê muối
- ½ muỗng cà phê tiêu đen mới xay

**HƯỚNG DẪN**

a) Cho atisô Jerusalem vào một cái chảo vừa, đổ nhiều nước và thêm nước cốt nửa quả chanh. Đun sôi, giảm nhiệt và đun nhỏ lửa trong 10 đến 20 phút, cho đến khi mềm nhưng không mềm. Xả và để nguội.

b) Đặt atisô Jerusalem và tất cả các thành phần còn lại, không bao gồm nước cốt chanh còn lại và một nửa ngải giấm, vào một bát trộn lớn và dùng tay trộn đều mọi thứ với nhau. Đậy nắp và để ướp trong tủ lạnh qua đêm, hoặc ít nhất 2 giờ.

c) Làm nóng lò ở nhiệt độ 475°F / 240°C. Xếp các miếng gà, mặt da hướng lên trên, ở giữa chảo nướng và phết các nguyên liệu còn lại xung quanh gà. Nướng trong 30 phút. Đậy chảo bằng giấy nhôm và nấu thêm 15 phút nữa. Tại thời điểm này, gà nên được nấu chín hoàn toàn. Lấy ra khỏi lò và thêm ngải giấm và nước cốt chanh dành riêng. Khuấy đều, nếm thử và thêm muối nếu cần. Phục vụ cùng một lúc.

## 69. Gà luộc với freekeh

Làm cho: 4 CHUNG

## THÀNH PHẦN

- 1 con gà thả rông nhỏ, khoảng 3¼ lb / 1,5 kg
- 2 thanh quế dài
- 2 củ cà rốt vừa, gọt vỏ và cắt thành lát dày ¾ inch / 2 cm
- 2 lá nguyệt quế
- 2 bó mùi tây lá phẳng (tổng cộng khoảng 2½ oz / 70 g)
- 2 củ hành lớn
- 2 muỗng canh dầu ô liu
- 2 ly / 300 g crack freekeh
- ½ muỗng cà phê tiêu xay
- ½ muỗng cà phê rau mùi
- 2½ muỗng canh / 40 g bơ không ướp muối
- ⅔ cốc / 60 g hạnh nhân cắt lát
- muối và hạt tiêu đen mới xay

## HƯỚNG DẪN

a) Cho gà vào nồi lớn, cùng với quế, cà rốt, lá nguyệt quế, 1 bó rau mùi tây và 1 muỗng cà phê muối. Băm 1 củ hành tây rồi cho vào nồi. Thêm nước lạnh gần ngập gà; đun sôi và đun nhỏ lửa, đậy nắp trong 1 giờ, thỉnh thoảng hớt dầu và bọt trên bề mặt.

b) Khoảng một nửa thời gian nấu gà, cắt mỏng củ hành thứ hai và cho vào chảo vừa với dầu ô liu. Chiên trên lửa vừa và nhỏ trong 12 đến 15 phút, cho đến khi hành chuyển sang màu nâu vàng và mềm. Thêm freekeh, hạt tiêu, rau mùi, ½ muỗng cà phê muối và một ít hạt tiêu đen. Khuấy đều rồi thêm 2½ cốc / 600 ml nước dùng gà. Bật nhiệt lên mức trung bình cao. Ngay khi nước dùng sôi, đậy nắp chảo và giảm nhiệt. Đun nhỏ lửa trong 20 phút, sau đó tắt bếp và đậy nắp thêm 20 phút nữa.

c) Bó mùi tây còn lại nhặt bỏ lá và thái nhỏ, không quá mịn. Thêm phần lớn rau mùi tây đã cắt nhỏ vào freekeh đã nấu chín, dùng nĩa trộn đều.

d) Nhấc gà ra khỏi nước dùng và đặt lên thớt. Cẩn thận cắt bỏ phần ức và thái lát mỏng theo một góc; loại bỏ thịt từ chân và đùi. Giữ ấm gà và freekeh.

e) Khi đã sẵn sàng phục vụ, cho bơ, hạnh nhân và một ít muối vào chảo nhỏ và chiên cho đến khi vàng. Thìa freekeh vào các món ăn phục vụ riêng lẻ hoặc một đĩa. Cho thịt đùi và chân giò lên trên, sau đó xếp các lát ức lên trên cho gọn gàng. Kết thúc với hạnh nhân và bơ và rắc mùi tây.

## 70. Cơm gà hành tây thảo quả

Làm cho: 4

## THÀNH PHẦN

- 3 muỗng canh / 40 g đường
- 3 muỗng canh / 40 ml nước
- 2½ muỗng canh / 25 g dâu tây (hoặc nho)
- 4 muỗng canh dầu ô liu
- 2 củ hành vừa, thái lát mỏng (tổng cộng 2 cốc / 250 g)
- 2¼ lb / 1 kg đùi gà còn da, có xương hoặc 1 con gà nguyên con, cắt làm tư
- 10 quả bạch đậu khấu
- tròn ¼ muỗng cà phê toàn bộ đinh hương
- 2 thanh quế dài, bẻ đôi
- 1⅔ cốc / 300 g gạo basmati
- 2¼ cốc / 550 ml nước sôi
- 1½ muỗng canh / 5 g lá mùi tây phẳng, xắt nhỏ
- ½ cốc / 5 g lá thì là, thái nhỏ
- ¼ chén / 5 g lá rau mùi, xắt nhỏ
- ⅓ cốc / 100 g sữa chua Hy Lạp, trộn với 2 muỗng canh dầu ô liu (không bắt buộc)
- muối và hạt tiêu đen mới xay

## HƯỚNG DẪN

a) Cho đường và nước vào nồi nhỏ, đun đến khi đường tan hết. Tắt bếp, thêm dâu tây và đặt sang một bên để ngâm. Nếu sử dụng nho, bạn không cần ngâm chúng theo cách này.

b) Trong khi đó, đun nóng một nửa lượng dầu ô liu trong một cái chảo lớn mà bạn có nắp trên lửa vừa, thêm hành tây và nấu trong 10 đến 15 phút, thỉnh thoảng khuấy, cho đến khi hành tây chuyển sang màu nâu vàng đậm. Chuyển hành tây vào một cái bát nhỏ và lau sạch chảo.

c) Cho thịt gà vào một bát trộn lớn và nêm 1½ thìa cà phê muối và hạt tiêu đen. Thêm dầu ô liu, thảo quả, đinh hương và quế còn lại và dùng tay trộn đều mọi thứ với nhau. Làm nóng chảo trở lại rồi cho thịt gà và gia vị vào. Áp chảo mỗi mặt trong 5 phút rồi lấy ra khỏi chảo (điều này rất quan trọng vì gà sẽ chín một phần). Các loại gia vị có thể ở lại trong chảo, nhưng đừng lo lắng nếu chúng dính vào gà. Loại bỏ hầu hết dầu còn lại, chỉ để lại một lớp màng mỏng ở phía dưới. Thêm cơm, hành tây caramen, 1 thìa cà phê muối và nhiều hạt tiêu đen. Xả dâu tây và thêm chúng. Khuấy đều và cho thịt gà đã nướng trở lại chảo, cho vào cơm.

d) Đổ nước sôi lên gạo và thịt gà, đậy nắp chảo và nấu ở nhiệt độ rất thấp trong 30 phút. Lấy chảo ra khỏi bếp, mở nắp, nhanh chóng đặt một chiếc khăn trà sạch lên trên chảo và đậy nắp lại. Để yên món ăn trong 10 phút nữa. Cuối cùng, thêm các loại thảo mộc và sử dụng một cái nĩa để khuấy chúng và xới cơm lên. Hương vị và thêm nhiều muối và hạt tiêu nếu cần. Ăn nóng hoặc ấm với sữa chua nếu bạn thích.

## 71. gan cắt nhỏ

Làm cho: 4 ĐẾN 6

**THÀNH PHẦN**

- 6½ muỗng canh / 100 ml mỡ ngỗng hoặc vịt nấu chảy
- 2 củ hành tây lớn, thái lát (tổng cộng khoảng 3 cốc / 400 g)
- 14 oz / 400 g gan gà, làm sạch và chia thành các miếng khoảng 1¼ inch / 3 cm
- 5 quả trứng thả rông cực lớn, luộc chín
- 4 muỗng canh rượu tráng miệng
- 1 muỗng cà phê muối
- ½ muỗng cà phê tiêu đen mới xay
- 2 đến 3 củ hành xanh, thái lát mỏng
- 1 muỗng canh hẹ xắt nhỏ

**HƯỚNG DẪN**

a) Cho 2/3 lượng mỡ ngỗng vào chảo lớn và xào hành tây trên lửa vừa trong 10 đến 15 phút, thỉnh thoảng đảo đều cho đến khi có màu nâu sẫm. Lấy hành tây ra khỏi chảo, đẩy chúng xuống một chút khi bạn làm như vậy để bạn còn lại một ít chất béo trong chảo. Thêm một chút chất béo nếu cần thiết. Thêm gan và nấu trong tối đa 10 phút, thỉnh thoảng khuấy đều cho đến khi gan chín vừa phải ở giữa—không được chảy máu ở giai đoạn này.

b) Trộn gan với hành tây trước khi cắt nhỏ. Cách tốt nhất để làm điều này là dùng máy xay thịt, xay hỗn hợp hai lần để có kết cấu phù hợp. Nếu bạn không có máy xay thịt, máy xay thực phẩm cũng được. Xẻ hành tây và gan thành hai hoặc ba mẻ để cối máy không quá đầy. Xung trong 20 đến 30 giây, sau đó kiểm tra, đảm bảo rằng gan và hành tây đã trở thành một hỗn hợp mịn đồng nhất nhưng vẫn còn "gập ghềnh". Chuyển tất cả mọi thứ vào một bát trộn lớn.

c) Bóc vỏ trứng, sau đó xay thô hai quả và hai quả còn lại mịn rồi thêm vào hỗn hợp gan. Thêm chất béo còn lại, rượu tráng miệng, muối và hạt tiêu và nhẹ nhàng trộn mọi thứ lại với nhau. Chuyển hỗn hợp vào đĩa phẳng phi kim loại và đậy kín bề mặt bằng màng bọc thực phẩm. Để nguội bớt rồi cho vào ngăn mát tủ lạnh ít nhất 2 tiếng cho bánh cứng lại một chút.

d) Để phục vụ, thái nhỏ quả trứng còn lại. Múc gan xắt nhỏ ra đĩa phục vụ từng người, trang trí với trứng xắt nhỏ và rắc hành lá và hẹ.

## 72. Gà nghệ tây & Salad thảo mộc

Làm cho: 6

**THÀNH PHẦN**

- 1 quả cam
- 2½ muỗng canh / 50 g mật ong
- ½ muỗng cà phê sợi nghệ tây
- 1 muỗng canh giấm rượu trắng
- 1¼ cốc / khoảng 300 ml nước
- 2¼ lb / 1 kg ức gà không da, không xương
- 4 muỗng canh dầu ô liu
- 2 củ thì là nhỏ, thái lát mỏng
- 1 chén / 15 g lá rau mùi đã hái
- ⅔ chén / 15 g lá húng quế đã hái, xé nhỏ
- 15 lá bạc hà đã hái, xé nhỏ
- 2 muỗng canh nước cốt chanh tươi
- 1 quả ớt đỏ, thái lát mỏng
- 1 tép tỏi, nghiền nát
- muối và hạt tiêu đen mới xay

**HƯỚNG DẪN**

a) Làm nóng lò ở 400°F / 200°C. Cắt và loại bỏ ⅜ inch / 1 cm ở đầu và đuôi của quả cam rồi cắt thành 12 miếng, giữ nguyên vỏ. Loại bỏ bất kỳ hạt giống.

b) Đặt các miếng nêm vào một cái chảo nhỏ với mật ong, nghệ tây, giấm và lượng nước vừa đủ để ngập các miếng cam. Đun sôi và đun nhỏ lửa trong khoảng một giờ. Cuối cùng, bạn chỉ còn lại một quả cam mềm và khoảng 3 thìa xi-rô đặc; thêm nước trong khi nấu nếu chất lỏng xuống rất thấp. Sử dụng máy xay thực phẩm để nghiền cam và xi-rô thành hỗn hợp sánh mịn; một lần nữa, thêm một ít nước nếu cần.

c) Trộn ức gà với một nửa dầu ô liu và nhiều muối và hạt tiêu rồi đặt lên chảo nướng có rãnh rất nóng. Nướng trong khoảng 2 phút mỗi bên để có các vết cháy rõ ràng trên khắp. Chuyển sang chảo rang và đặt vào lò nướng trong 15 đến 20 phút, cho đến khi vừa chín.

d) Khi gà đủ nguội để cầm nhưng vẫn còn ấm, hãy dùng tay xé gà thành những miếng thô và khá lớn. Cho vào một bát trộn lớn, đổ lên một nửa hỗn hợp bột màu cam và khuấy đều. (Nửa còn lại bạn có thể giữ trong tủ lạnh trong vài ngày. Nó sẽ là một bổ sung tuyệt vời cho món salsa thảo mộc để ăn kèm với các loại cá nhiều dầu như cá thu hoặc cá hồi.) Thêm các nguyên liệu còn lại vào món salad, bao gồm cả phần còn lại của món salad. dầu ô liu, và quăng nhẹ nhàng. Nếm thử, thêm muối và hạt tiêu, và nếu cần, thêm dầu ô liu và nước cốt chanh.

## 73. sofrito gà

**THÀNH PHẦN**

- 1 muỗng canh dầu hướng dương
- 1 con gà thả rông nhỏ, khoảng 3¼ lb / 1,5 kg, đã cắt lông hoặc cắt làm tư
- 1 muỗng cà phê ớt bột ngọt
- ¼ muỗng cà phê bột nghệ
- ¼ muỗng cà phê đường
- 2½ muỗng canh nước cốt chanh mới vắt
- 1 củ hành tây lớn, bóc vỏ và cắt làm tư
- dầu hướng dương, để chiên
- 1⅔ lb / 750 g khoai tây Yukon Gold, gọt vỏ, rửa sạch và cắt thành khối xúc xắc ¾ inch / 2 cm
- 25 tép tỏi, chưa bóc vỏ
- muối và hạt tiêu đen mới xay

**HƯỚNG DẪN**

a) Đổ dầu vào chảo lớn, nông hoặc lò nướng kiểu Hà Lan và đặt trên lửa vừa. Đặt gà phẳng vào chảo, mặt da úp xuống và áp chảo trong 4 đến 5 phút, cho đến khi có màu vàng nâu. Nêm tất cả với ớt bột, bột nghệ, đường, ¼ thìa cà phê muối, một ít tiêu đen xay và 1½ thìa nước cốt chanh. Lật gà sao cho da ngửa lên, thêm hành tây vào chảo và đậy nắp lại. Giảm nhiệt xuống thấp và nấu tổng cộng khoảng 1 tiếng rưỡi; điều này bao gồm thời gian gà được nấu chín với khoai tây. Thỉnh thoảng nhấc nắp ra để kiểm tra lượng chất lỏng ở đáy chảo. Ý tưởng là để gà nấu và hấp trong nước của chính nó, nhưng bạn có thể cần thêm một chút nước sôi, sao cho luôn có ¼ inch / 5 mm chất lỏng ở đáy chảo.

b) Sau khi nấu gà được khoảng 30 phút, đổ dầu hướng dương vào chảo vừa với độ sâu 1¼ inch / 3 cm và đặt trên lửa vừa cao. Chiên khoai tây và tỏi cùng nhau thành nhiều mẻ, mỗi mẻ khoảng 6 phút cho đến khi chúng chuyển màu và giòn. Dùng thìa có rãnh để nhấc từng mẻ ra khỏi dầu và đặt lên khăn giấy, sau đó rắc muối lên.

c) Sau khi gà đã nấu được 1 giờ, nhấc gà ra khỏi chảo và cho khoai tây và tỏi đã chiên vào, đảo đều với nước nấu. Cho gà trở lại chảo, đặt lên trên khoai tây trong thời gian nấu còn lại, tức là 30 phút. Thịt gà không còn xương và khoai tây phải ngâm trong nước nấu và mềm hoàn toàn. Rưới nước cốt chanh còn lại khi phục vụ.

## 74. Kofta B'siniyah

Hãng sản xuất: 18 KOFTA

**THÀNH PHẦN**

- ⅔ cốc / 150 g bột tahini nhẹ
- 3 muỗng canh nước cốt chanh tươi
- ½ cốc / 120ml nước
- 1 tép tỏi vừa, nghiền nát
- 2 muỗng canh dầu hướng dương
- 2 muỗng canh / 30 g bơ hoặc ghee không ướp muối (tùy chọn)
- hạt thông nướng, để trang trí
- mùi tây lá phẳng thái nhỏ, để trang trí
- ớt ngọt, để trang trí
- muối

KOFTA

- 14 oz / 400 g thịt cừu xay
- 14 oz / 400 g thịt bê hoặc thịt bò xay
- 1 củ hành tây nhỏ (khoảng 5 oz / 150 g), thái nhỏ
- 2 tép tỏi lớn, nghiền nát
- 7 muỗng canh / 50 g hạt thông nướng, xắt nhỏ
- ½ cốc / 30 g mùi tây lá phẳng thái nhỏ
- 1 quả ớt đỏ nóng vừa, bỏ hạt và thái nhỏ
- 1½ muỗng cà phê bột quế
- 1½ muỗng cà phê tiêu xay
- ¾ muỗng cà phê hạt nhục đậu khấu
- 1½ muỗng cà phê tiêu đen mới xay
- 1½ muỗng cà phê muối

**HƯỚNG DẪN**

a) Cho tất cả nguyên liệu kofta vào tô và dùng tay trộn đều mọi thứ lại với nhau. Bây giờ hãy nặn thành những ngón tay dài giống ngư lôi, dài khoảng 3¼ inch / 8 cm (khoảng 2 oz / 60 g mỗi ngón tay). Nhấn hỗn hợp để nén nó và đảm bảo mỗi kofta được chặt và giữ nguyên hình dạng của nó. Xếp ra đĩa và làm lạnh cho đến khi bạn sẵn sàng nấu chúng, trong tối đa 1 ngày.

b) Làm nóng lò ở nhiệt độ 425°F / 220°C. Trong một bát vừa, trộn bột tahini, nước cốt chanh, nước, tỏi và ¼ thìa cà phê muối. Nước sốt nên đặc hơn mật ong một chút; thêm 1 đến 2 muỗng canh nước nếu cần.

c) Đun nóng dầu hướng dương trong chảo lớn trên lửa lớn và làm khô kofta. Làm điều này theo đợt để chúng không bị chật chội với nhau. Nướng chúng ở tất cả các mặt cho đến khi có màu vàng nâu, khoảng 6 phút mỗi mẻ. Tại thời điểm này, chúng nên ở mức trung bình hiếm. Nhấc ra khỏi chảo và sắp xếp trên một tấm nướng. Nếu bạn muốn nướng chín vừa hoặc chín kỹ, hãy cho khay nướng vào lò nướng ngay từ 2 đến 4 phút.

d) Thìa sốt tahini xung quanh kofta để nó bao phủ đáy chảo. Nếu bạn thích, hãy rưới một ít lên kofta, nhưng để một ít thịt lộ ra ngoài. Đặt vào lò nướng trong một hoặc hai phút, chỉ để làm nóng nước sốt một chút.

e) Trong khi đó, nếu bạn đang sử dụng bơ, hãy làm tan chảy nó trong một cái chảo nhỏ và để nó có màu nâu một chút, cẩn thận để nó không bị cháy. Phết bơ lên kofta ngay khi chúng ra khỏi lò. Rắc hạt thông và rau mùi tây, sau đó rắc ớt bột. Phục vụ cùng một lúc.

## 75. Bò Viên Đậu Fava Chanh

Làm: KHOẢNG 20 THỊT BÓNG

**THÀNH PHẦN**

- 4½ muỗng canh dầu ô liu
- 2⅓ cốc / 350 g đậu fava, tươi hoặc đông lạnh
- 4 nhánh cỏ xạ hương
- 6 tép tỏi, thái lát
- 8 củ hành lá, cắt góc thành các đoạn ¾-inch / 2cm
- 2½ muỗng canh nước cốt chanh mới vắt
- 2 chén / 500 ml nước dùng gà
- muối và hạt tiêu đen mới xay
- 1½ muỗng cà phê mỗi loại mùi tây lá phẳng, bạc hà, thì là và rau mùi, để hoàn thành

**THỊT VIÊN**

- 10 oz / 300 g thịt bò xay
- 5 oz / 150 g thịt cừu xay
- 1 củ hành vừa, thái nhỏ
- 1 cốc / 120 g vụn bánh mì
- 2 muỗng canh mỗi loại mùi tây lá phẳng, bạc hà, thì là và rau mùi
- 2 tép tỏi lớn, nghiền nát
- 4 muỗng cà phê hỗn hợp gia vị baharat (mua ở cửa hàng hoặcxem công thức)
- 4 muỗng cà phê thì là
- 2 muỗng cà phê nụ bạch hoa, xắt nhỏ
- 1 quả trứng, đánh tan

**HƯỚNG DẪN**

a) Đặt tất cả các nguyên liệu thịt viên vào một bát trộn lớn. Thêm ¾ muỗng cà phê muối và nhiều hạt tiêu đen và trộn đều bằng tay. Tạo thành những quả bóng có kích thước tương tự như quả bóng bàn. Đun nóng 1 muỗng canh dầu ô liu trên lửa vừa trong chảo rán cực lớn có nắp đậy. Rán một nửa số viên thịt, lật chúng cho đến khi chúng có màu nâu đều, khoảng 5 phút. Lấy ra, thêm 1½ muỗng cà phê dầu ô liu vào chảo và nấu mẻ thịt viên khác. Lấy ra khỏi chảo và lau sạch.

b) Trong khi thịt viên đang nấu, cho đậu fava vào nồi với nhiều nước sôi có muối và chần trong 2 phút. Xả và làm mới dưới nước lạnh. Loại bỏ vỏ từ một nửa đậu fava và loại bỏ vỏ.

c) Đun nóng 3 muỗng canh dầu ô liu còn lại trên lửa vừa trong cùng một chảo mà bạn đã chiên thịt viên. Thêm húng tây, tỏi và hành lá và xào trong 3 phút. Thêm đậu fava chưa gọt vỏ, 1½ thìa nước cốt chanh, ⅓ cốc / 80 ml nước dùng, ¼ thìa muối và nhiều hạt tiêu đen. Đậu gần như được bao phủ bởi chất lỏng. Đậy nắp chảo và nấu trên lửa nhỏ trong 10 phút.

d) Cho thịt viên trở lại chảo rán có đậu fava. Thêm phần còn lại, đậy nắp chảo và đun nhỏ lửa trong 25 phút. Nếm nước sốt và điều chỉnh gia vị. Nếu nó rất lỏng, hãy tháo nắp và giảm bớt một chút. Sau khi thịt viên ngừng nấu, chúng sẽ ngấm nhiều nước, vì vậy hãy đảm bảo rằng vẫn còn nhiều nước sốt vào thời điểm này. Bây giờ bạn có thể để thịt viên ra khỏi bếp cho đến khi sẵn sàng phục vụ.

e) Ngay trước khi phục vụ, hãy hâm nóng thịt viên và thêm một ít nước, nếu cần, để có đủ nước sốt. Thêm các loại thảo mộc còn lại, 1 muỗng canh nước cốt chanh còn lại và đậu fava đã bóc vỏ và khuấy thật nhẹ nhàng. Phục vụ ngay lập tức.

## 76. Thịt cừu viên với dâu tây, sữa chua và thảo mộc

Làm: KHOẢNG 20 THỊT BÓNG

**THÀNH PHẦN**

- 1⅔ lb / 750 g thịt cừu xay
- 2 củ hành vừa, thái nhỏ
- ⅔ oz / 20 g rau mùi tây lá phẳng, thái nhỏ
- 3 tép tỏi, đập dập
- ¾ muỗng cà phê tiêu xay
- ¾ muỗng cà phê bột quế
- 6 muỗng canh / 60 g dâu tây
- 1 quả trứng thả rông lớn
- 6½ muỗng canh / 100 ml dầu hướng dương
- 1½ lb / 700 g chuối hoặc hẹ lớn khác, đã bóc vỏ
- ¾ chén + 2 muỗng canh / 200 ml rượu trắng
- 2 chén / 500 ml nước dùng gà
- 2 lá nguyệt quế
- 2 nhánh húng tây
- 2 muỗng cà phê đường
- 5 oz / 150 g quả sung khô
- 1 cốc / 200 g sữa chua Hy Lạp
- 3 muỗng canh hỗn hợp bạc hà, rau mùi, thì là và ngải giấm, xé nhỏ
- muối và hạt tiêu đen mới xay

**HƯỚNG DẪN**

a) Cho thịt cừu, hành tây, rau mùi tây, tỏi, tiêu, quế, dâu tây, trứng, 1 thìa cà phê muối và ½ thìa cà phê tiêu đen vào tô lớn. Trộn bằng tay của bạn, sau đó cuộn thành những quả bóng có kích thước bằng quả bóng gôn.

b) Đun nóng một phần ba lượng dầu trên lửa vừa trong nồi lớn, có đáy nặng mà bạn có nắp đậy kín. Cho một vài viên thịt vào và nấu và đảo chúng trong vài phút cho đến khi chúng ngả màu đều. Lấy ra khỏi nồi và đặt sang một bên. Nấu các viên thịt còn lại theo cách tương tự.

c) Lau sạch nồi và thêm dầu còn lại. Thêm hẹ và nấu trên lửa vừa trong 10 phút, khuấy thường xuyên cho đến khi có màu vàng nâu. Thêm rượu, để sủi bọt trong một hoặc hai phút, sau đó thêm nước dùng gà, lá nguyệt quế, cỏ xạ hương, đường và một ít muối và hạt tiêu. Sắp xếp quả sung và thịt viên giữa và trên cùng của hẹ tây; thịt viên cần được bao phủ gần như trong chất lỏng. Đun sôi, đậy nắp, giảm nhiệt xuống rất thấp và để lửa nhỏ trong 30 phút. Tháo nắp và đun nhỏ lửa trong khoảng một giờ nữa, cho đến khi nước sốt giảm bớt và đậm đà hơn. Hương vị và thêm muối và hạt tiêu nếu cần.
d) Chuyển sang một món ăn lớn, sâu. Đánh sữa chua, đổ lên trên và rắc rau thơm lên trên.

## 77. Burgers Thổ Nhĩ Kỳ & Bí ngòi với Hành lá & Thì là

Làm: KHOẢNG 18 BURGERS

**THÀNH PHẦN**

- 1 lb / 500 g gà tây xay
- 1 quả bí xanh lớn, bào thô (tổng cộng 2 cốc / 200 g)
- 3 củ hành xanh, thái lát mỏng
- 1 quả trứng thả rông lớn
- 2 muỗng canh bạc hà xắt nhỏ
- 2 muỗng canh rau mùi xắt nhỏ
- 2 tép tỏi, nghiền nát
- 1 muỗng cà phê thì là
- 1 muỗng cà phê muối
- ½ muỗng cà phê tiêu đen mới xay
- ½ muỗng cà phê ớt cayenne
- khoảng 6½ muỗng canh / 100 ml dầu hướng dương, để nướng

KEM CHUA & SUMAC SAUCE

- ½ cốc / 100 g kem chua
- ⅔ cốc / 150 g sữa chua Hy Lạp
- 1 muỗng cà phê vỏ chanh nạo
- 1 muỗng canh nước cốt chanh tươi
- 1 tép tỏi nhỏ, nghiền nát
- 1½ muỗng canh dầu ô liu
- 1 muỗng canh cây thù du
- ½ muỗng cà phê muối
- ¼ muỗng cà phê tiêu đen mới xay

**HƯỚNG DẪN**

a) Đầu tiên làm nước sốt kem chua bằng cách cho tất cả nguyên liệu vào một bát nhỏ. Khuấy đều và đặt sang một bên hoặc làm lạnh cho đến khi cần thiết.

b) Làm nóng lò ở nhiệt độ 425°F / 220°C. Trong một bát lớn, kết hợp tất cả các thành phần cho thịt viên trừ dầu hướng dương. Dùng tay trộn đều rồi nặn thành khoảng 18 chiếc bánh mì kẹp thịt, mỗi chiếc nặng khoảng 1½ oz/45 g.

c) Đổ đủ dầu hướng dương vào chảo lớn để tạo thành một lớp dày khoảng 1/16 inch / 2 mm trên đáy chảo. Đun trên lửa vừa cho đến khi nóng, sau đó áp chảo thịt viên thành từng mẻ ở tất cả các mặt. Nấu từng mẻ trong khoảng 4 phút, thêm dầu khi cần, cho đến khi có màu vàng nâu.
d) Cẩn thận chuyển những viên thịt viên đã nướng lên khay nướng có lót giấy sáp và cho vào lò nướng từ 5 đến 7 phút hoặc cho đến khi vừa chín tới. Phục vụ khi còn ấm hoặc ở nhiệt độ phòng, với thìa rưới nước sốt lên trên hoặc để bên cạnh.

## 78. Polpettone

Làm cho: 8

**THÀNH PHẦN**

- 3 quả trứng thả rông lớn
- 1 muỗng canh rau mùi tây lá phẳng
- 2 muỗng cà phê dầu ô liu
- 1 lb / 500 g thịt bò xay
- 1 cốc / 100 g vụn bánh mì
- ½ cốc / 60 g quả hồ trăn không muối
- ½ cốc / 80 g dưa chuột ri (3 hoặc 4 quả), cắt thành miếng ⅜-inch / 1cm
- 7 oz / 200 g lưỡi bò nấu chín (hoặc giăm bông), thái lát mỏng
- 1 củ cà rốt lớn, cắt thành khối
- 2 cọng cần tây, cắt khúc
- 1 nhánh cỏ xạ hương
- 2 lá nguyệt quế
- ½ củ hành tây, thái lát
- 1 muỗng cà phê nước dùng gà
- nước sôi, để nấu ăn
- muối và hạt tiêu đen mới xay

SALSINA VERDE

- 2 oz / 50 g nhánh rau mùi tây phẳng
- 1 tép tỏi, nghiền nát
- 1 muỗng canh nụ bạch hoa
- 1 muỗng canh nước cốt chanh tươi
- 1 muỗng canh giấm rượu trắng
- 1 quả trứng lớn, luộc chín và bóc vỏ
- ⅔ chén / 150 ml dầu ô liu
- 3 muỗng canh vụn bánh mì, tốt nhất là tươi
- muối và hạt tiêu đen mới xay

**HƯỚNG DẪN**

a) Bắt đầu bằng cách làm món trứng tráng phẳng. Đánh đều 2 quả trứng, mùi tây xắt nhỏ và một chút muối. Đun nóng dầu ô liu trong chảo lớn (đường kính khoảng 28 cm) trên lửa vừa và đổ trứng vào. Nấu trong 2 đến 3 phút, không khuấy, cho đến khi trứng đông lại thành một lớp trứng tráng mỏng. Đặt sang một bên để hạ nhiệt.

b) Trong một bát lớn, trộn đều thịt bò, vụn bánh mì, quả hồ trăn, dưa chuột ri, quả trứng còn lại, 1 thìa cà phê muối và ½ thìa cà phê tiêu. Đặt một chiếc khăn trà sạch lớn (bạn có thể muốn sử dụng một chiếc khăn cũ mà bạn không ngại vứt bỏ; việc làm sạch nó sẽ hơi gây nguy hiểm) trên bề mặt làm việc của bạn. Bây giờ, lấy hỗn hợp thịt và phết lên khăn, dùng tay tạo hình đĩa hình chữ nhật, dày ⅜ inch / 1 cm và khoảng 12 x 10 inch / 30 x 25 cm. Giữ cho các cạnh của vải rõ ràng.

c) Che thịt bằng các lát lưỡi, để lại ¾ inch / 2 cm xung quanh mép. Cắt trứng tráng thành 4 dải rộng và trải đều trên lưỡi.

d) Nhấc miếng vải lên để giúp bạn bắt đầu cuộn thịt vào trong từ một trong các mặt rộng của miếng vải. Tiếp tục cuộn thịt thành hình xúc xích lớn, sử dụng khăn để hỗ trợ bạn. Cuối cùng, bạn muốn có một ổ bánh mì cuộn chặt, giống như thạch, với thịt bò xay ở bên ngoài và trứng tráng ở giữa. Dùng khăn bọc kín ổ bánh lại, gói kỹ để nhân được kín bên trong. Buộc các đầu bằng dây và nhét bất kỳ mảnh vải thừa nào bên dưới khúc gỗ để bạn có được một bó được buộc chặt.

e) Đặt gói bên trong chảo lớn hoặc lò nướng kiểu Hà Lan. Ném cà rốt, cần tây, cỏ xạ hương, bay, hành tây và phần đế xung quanh ổ bánh mì và đổ nước sôi lên gần ngập ổ bánh mì. Đậy nắp nồi và để nhỏ lửa trong 2 giờ.

f) Lấy ổ bánh mì ra khỏi chảo và đặt sang một bên để cho một ít chất lỏng chảy ra (nước hầm sẽ tạo nên một nền súp tuyệt vời). Sau khoảng 30 phút, đặt một vật nặng lên trên để nước chảy ra nhiều hơn. Khi nó đạt đến nhiệt độ phòng, hãy đặt ổ bánh mì thịt vào tủ lạnh, vẫn bọc trong vải, để làm lạnh hoàn toàn, từ 3 đến 4 giờ.

g) Đối với nước sốt, cho tất cả các nguyên liệu vào máy xay thực phẩm và xay thành hỗn hợp thô (hoặc để có vẻ dân dã, hãy băm nhỏ rau mùi tây, bạch hoa và trứng bằng tay rồi khuấy cùng với các nguyên liệu còn lại). Nếm và điều chỉnh gia vị.

h) Để phục vụ, lấy ổ bánh mì ra khỏi khăn, cắt thành lát dày ⅜ inch / 1 cm và xếp lên đĩa phục vụ. Phục vụ nước sốt ở bên cạnh.

# 79. Trứng om với Thịt cừu, Tahini & Sumac

Làm cho: 4

**THÀNH PHẦN**

- 1 muỗng canh dầu ô liu
- 1 củ hành tây lớn, thái nhỏ (tổng cộng 1¼ cốc / 200 g)
- 6 tép tỏi, thái lát mỏng
- 10 oz / 300 g thịt cừu xay
- 2 muỗng cà phê sumac, cộng thêm để hoàn thành
- 1 muỗng cà phê thì là
- ½ cốc / 50 g quả hồ trăn nướng không ướp muối, nghiền nhỏ
- 7 muỗng canh / 50 g hạt thông nướng
- 2 muỗng cà phê bột harissa (mua ở cửa hàng hoặcxem công thức)
- 1 muỗng canh vỏ chanh được bảo quản thái nhỏ (mua ở cửa hàng hoặcxem công thức)
- 1⅓ cốc / 200 g cà chua bi
- ½ cốc / 120 ml nước dùng gà
- 4 quả trứng thả rông cỡ lớn
- ¼ cốc / 5 g lá rau mùi đã hái, hoặc 1 muỗng canhChug
- muối và hạt tiêu đen mới xay

SỐT SỮA CHUA

- ½ cốc / 100 g sữa chua Hy Lạp
- 1½ muỗng canh / 25 g bột tahini
- 2 muỗng canh nước cốt chanh tươi
- 1 muỗng canh nước

**HƯỚNG DẪN**

a) Đun nóng dầu ô liu trên lửa vừa và cao trong chảo rán có đáy dày vừa phải mà bạn có nắp đậy kín. Thêm hành tây và tỏi và xào trong 6 phút để mềm và có màu một chút. Nâng nhiệt lên cao, thêm thịt cừu và nướng chín kỹ, từ 5 đến 6 phút. Nêm với cây thù du, thì là, ¾ muỗng cà phê muối và một ít hạt tiêu đen và nấu thêm một phút nữa. Tắt lửa, cho các loại hạt, harissa và chanh bảo quản vào khuấy đều rồi để sang một bên.

b) Trong khi hành tây đang nấu, đun nóng một chảo gang nhỏ hoặc chảo nặng khác trên lửa lớn. Sau khi nóng, thêm cà chua bi và nướng trong 4 đến 6 phút, thỉnh thoảng đảo chúng trong chảo cho đến khi bên ngoài hơi chuyển sang màu đen. Để qua một bên.

c) Chuẩn bị nước sốt sữa chua bằng cách trộn đều tất cả các nguyên liệu với một chút muối. Nó cần phải đặc và đậm đà, nhưng bạn có thể cần thêm một chút nước nếu nó cứng.

d) Bạn có thể để thịt, cà chua và nước sốt ở giai đoạn này trong tối đa một giờ. Khi bạn đã sẵn sàng phục vụ, hãy hâm nóng thịt, thêm nước dùng gà và đun sôi. Tạo 4 giếng nhỏ trong hỗn hợp và đập một quả trứng vào mỗi giếng. Đậy nắp chảo và nấu trứng trên lửa nhỏ trong 3 phút. Đặt cà chua lên trên, tránh lòng đỏ, đậy nắp lại và nấu trong 5 phút, cho đến khi lòng trắng trứng chín nhưng lòng đỏ vẫn còn lỏng.

e) Tắt bếp và chấm với một ít sốt sữa chua, rắc thù du, và kết thúc bằng hành ngò. Phục vụ cùng một lúc.

## 80. Thịt bê nấu chậm với mận và tỏi tây

Làm cho: 4 CHUNG

**THÀNH PHẦN**

- ½ cốc / 110 ml dầu hướng dương
- 4 miếng bít tết osso buco lớn, còn xương (tổng cộng khoảng 2¼ lb / 1 kg)
- 2 củ hành tây lớn, thái nhỏ (tổng cộng khoảng 3 chén / 500 g)
- 3 tép tỏi, đập dập
- 6½ muỗng canh / 100 ml rượu trắng khô
- 1 chén / 250 ml nước dùng gà hoặc bò
- một quả cà chua xắt nhỏ đóng hộp 14-oz / 400g
- 5 nhánh húng tây, lá thái nhỏ
- 2 lá nguyệt quế
- niềm say mê của ½ quả cam, trong dải
- 2 thanh quế nhỏ
- ½ muỗng cà phê tiêu xay
- 2 hoa hồi
- 6 củ tỏi tây lớn, chỉ lấy phần trắng (tổng cộng 1¾ lb / 800 g), cắt thành lát ⅔ inch / 1,5 cm
- 7 oz / 200 g mận mềm, đã rỗ
- muối và hạt tiêu đen mới xay
- PHỤC VỤ
- ½ cốc / 120 g sữa chua Hy Lạp
- 2 muỗng canh rau mùi tây phẳng thái nhỏ
- 2 muỗng canh vỏ chanh nạo
- 2 tép tỏi, nghiền nát

**HƯỚNG DẪN**

a) Làm nóng lò ở 350°F / 180°C.

b) Đun nóng 2 muỗng canh dầu trong chảo lớn, đáy nặng ở nhiệt độ cao. Chiên các miếng thịt bê trong 2 phút cho mỗi mặt, thịt chín vàng đều. Chuyển sang một cái chao để ráo nước trong khi bạn chuẩn bị nước sốt cà chua.

c) Loại bỏ hầu hết chất béo trong chảo, thêm 2 muỗng canh dầu nữa rồi thêm hành và tỏi. Quay trở lại lửa vừa và xào, thỉnh thoảng khuấy và cạo đáy chảo bằng thìa gỗ, trong khoảng 10 phút, cho đến khi hành tây mềm và vàng. Thêm rượu, đun sôi và đun nhỏ lửa trong 3 phút, cho đến khi phần lớn rượu bay hơi hết. Thêm một nửa nước dùng, cà chua, cỏ xạ hương, bay, vỏ cam, quế, hạt tiêu, hoa hồi, 1 thìa cà phê muối và một ít tiêu đen. Khuấy đều và đun sôi. Thêm các miếng thịt bê vào nước sốt và khuấy đều.

d) Chuyển thịt bê và nước sốt vào chảo nướng sâu lòng có kích thước khoảng 13 x 9½ inch / 33 x 24 cm và dàn đều xung quanh. Đậy bằng giấy nhôm và cho vào lò nướng trong 2 tiếng rưỡi. Kiểm tra vài lần trong khi nấu để đảm bảo nước sốt không quá đặc và cháy quanh các mặt; có lẽ bạn sẽ cần thêm một ít nước để ngăn chặn điều này. Thịt đã sẵn sàng khi dễ dàng tách ra khỏi xương. Nhấc thịt bê ra khỏi nước sốt và đặt vào một cái bát lớn. Khi nó đủ nguội để xử lý, nhặt hết thịt ra khỏi xương và dùng một con dao nhỏ để nạo hết tủy. Bỏ xương.

e) Đun nóng phần dầu còn lại trong chảo rán riêng và cho tỏi tây vào rán ở nhiệt độ cao trong khoảng 3 phút, thỉnh thoảng đảo đều. Thìa chúng trên nước sốt cà chua. Tiếp theo, trong chảo mà bạn đã làm nước sốt cà chua, trộn đều mận khô, nước dùng còn lại, thịt đã kéo và tủy xương rồi dùng thìa phết lên tỏi tây. Đậy lại bằng giấy bạc và tiếp tục nấu thêm một giờ nữa. Sau khi ra khỏi lò, nếm và nêm muối và thêm tiêu đen nếu cần.

f) Ăn nóng, với sữa chua lạnh rưới lên trên và rắc hỗn hợp rau mùi tây, vỏ chanh và tỏi.

## 81. Shawarma thịt cừu

Làm cho: 8

**THÀNH PHẦN**

- 2 muỗng cà phê hạt tiêu đen
- 5 cây đinh hương
- ½ muỗng cà phê vỏ bạch đậu khấu
- ¼ muỗng cà phê hạt cỏ cà ri
- 1 muỗng cà phê hạt thì là
- 1 muỗng canh hạt thì là
- 1 cây hồi
- ½ thanh quế
- ½ hạt nhục đậu khấu, nạo
- ¼ muỗng cà phê gừng xay
- 1 muỗng canh ớt bột ngọt
- 1 muỗng canh cây thù du
- 2½ muỗng cà phê muối biển Maldon
- 1 oz / 25 g gừng tươi, nạo
- 3 tép tỏi, đập dập
- ⅔ chén / 40 g rau mùi, thân và lá xắt nhỏ
- ¼ cốc / 60 ml nước chanh tươi vắt
- ½ chén / 120 ml dầu đậu phộng
- 1 đùi cừu rút xương, khoảng 5½ đến 6½ lb / 2,5 đến 3 kg
- 1 cốc/240ml nước sôi

**HƯỚNG DẪN**

a) Cho 8 nguyên liệu đầu tiên vào chảo gang và rang khô ở lửa vừa và cao trong một hoặc hai phút, cho đến khi các loại gia vị bắt đầu nổi lên và tỏa mùi thơm. Cẩn thận để không đốt cháy chúng. Thêm nhục đậu khấu, gừng và ớt bột, đảo thêm vài giây để làm nóng chúng, sau đó chuyển sang máy xay gia vị. Chế biến các loại gia vị thành bột đồng nhất. Chuyển sang một bát vừa và khuấy trong tất cả các thành phần còn lại, ngoại trừ thịt cừu.

b) Dùng một con dao nhỏ, sắc để khía vài chỗ trên đùi cừu, tạo các đường rạch sâu ⅔ inch / 1,5 cm xuyên qua mỡ và thịt để nước xốt ngấm vào. Cho vào chảo rang lớn và thoa đều nước xốt lên. con chiên; dùng tay xoa bóp cho thịt ngấm gia vị. Đậy chảo bằng giấy nhôm và để qua một bên ít nhất vài giờ hoặc tốt nhất là để lạnh qua đêm.

c) Làm nóng lò ở nhiệt độ 325°F / 170°C.

d) Đặt thịt cừu vào lò nướng với mặt mỡ hướng lên trên và nướng tổng cộng khoảng 4 tiếng rưỡi, cho đến khi thịt mềm hoàn toàn. Sau 30 phút nướng, thêm nước sôi vào chảo và sử dụng chất lỏng này để tẩm thịt mỗi giờ hoặc lâu hơn. Thêm nước nếu cần, đảm bảo đáy chảo luôn ngập khoảng ¼ inch / 0,5 cm. Trong 3 giờ cuối, dùng giấy bạc bọc thịt cừu lại để gia vị không bị cháy. Sau khi hoàn thành, lấy thịt cừu ra khỏi lò và để yên trong 10 phút trước khi khắc và phục vụ.

e) Theo tâm trí của chúng tôi, cách tốt nhất để phục vụ món này được lấy cảm hứng từ quán ăn shakshuka nổi tiếng nhất của Israel (XEM CÔNG THỨC), Tiến sĩ Shakshuka, ở Jaffa, thuộc sở hữu của Bino Gabso. Lấy sáu túi pita riêng lẻ và chải đều bên trong chúng bằng cách trộn đều ⅔ cốc / 120 g cà chua đóng hộp cắt nhỏ, 2 thìa cà phê / 20 g bột harissa, 4 thìa cà phê / 20 g bột cà chua, 1 thìa dầu ô liu và một ít muối và hạt tiêu. Khi thịt cừu đã sẵn sàng, hãy làm nóng bánh pita trong chảo nướng có rãnh nóng cho đến khi chúng có vết cháy đẹp ở cả hai mặt. Thái thịt cừu ấm và cắt lát thành các dải ⅔-inch / 1,5cm. Xếp chúng cao lên trên từng chiếc bánh pita còn ấm, múc một ít chất lỏng rang từ chảo, bớt lại và kết thúc với hành tây xắt nhỏ, rau mùi tây xắt nhỏ và rắc một ít cây thù du. Và đừng quên dưa chuột và cà chua tươi. Đó là một món ăn trên trời.

# CÁ

## 82. Cá vược áp chảo với Harissa & Rose

Làm cho: 2 ĐẾN 4

**THÀNH PHẦN**

- 3 muỗng canh bột harissa (mua tại cửa hàng hoặcxem công thức)
- 1 muỗng cà phê thì là
- 4 miếng phi lê cá vược, tổng cộng khoảng 1 lb / 450 g, đã lột da và bỏ xương
- bột mì đa dụng, để rắc bột
- 2 muỗng canh dầu ô liu
- 2 củ hành vừa, thái nhỏ
- 6½ muỗng canh / 100 ml giấm rượu vang đỏ
- 1 muỗng cà phê bột quế
- 1 cốc/200ml nước
- 1½ muỗng canh mật ong
- 1 muỗng canh nước hoa hồng
- ½ chén / 60 g nho (tùy chọn)
- 2 muỗng canh rau mùi xắt nhỏ (tùy chọn)
- 2 muỗng cà phê cánh hoa hồng khô nhỏ ăn được
- muối và hạt tiêu đen mới xay

**HƯỚNG DẪN**

a) Đầu tiên ướp cá. Trộn một nửa hỗn hợp bột harissa, thì là và ½ muỗng cà phê muối trong một bát nhỏ. Chà hỗn hợp lên khắp miếng phi lê cá và để chúng ướp trong 2 giờ trong tủ lạnh.

b) Rắc một ít bột mì lên miếng phi lê và rũ bỏ phần bột thừa. Đun nóng dầu ô liu trong chảo rộng trên lửa vừa và cao và chiên phi lê trong 2 phút cho mỗi mặt. Bạn có thể cần phải làm điều này trong hai đợt. Đặt cá sang một bên, để lại dầu trong chảo và thêm hành tây. Vừa nấu vừa khuấy trong khoảng 8 phút cho đến khi hành vàng.

c) Thêm harissa còn lại, giấm, quế, ½ muỗng cà phê muối và nhiều hạt tiêu đen. Đổ nước vào, giảm nhiệt và để nước sốt sôi nhẹ trong 10 đến 15 phút, cho đến khi khá đặc.

d) Thêm mật ong và nước hoa hồng vào chảo cùng với nho, nếu sử dụng và đun nhỏ lửa trong vài phút nữa. Nếm và điều chỉnh gia vị rồi cho phi lê cá trở lại chảo; bạn có thể chồng lên nhau một chút nếu chúng không vừa. Dùng thìa rưới nước sốt lên cá và để chúng nóng lên trong nước sốt đang sôi trong 3 phút; bạn có thể cần thêm một vài thìa nước nếu nước sốt quá đặc. Phục vụ ấm hoặc ở nhiệt độ phòng, rắc rau mùi, nếu dùng và cánh hoa hồng.

## 83. Kebab cá & bạch hoa với cà tím cháy và chanh ngâm

Nhà sản xuất: 12 KEBABS

**THÀNH PHẦN**

- 2 quả cà tím vừa (tổng cộng khoảng 1⅔ lb / 750 g)
- 2 muỗng canh sữa chua Hy Lạp
- 1 tép tỏi, nghiền nát
- 2 muỗng canh rau mùi tây lá phẳng
- khoảng 2 muỗng canh dầu hướng dương, để chiên
- 2 muỗng cà phêChanh ngâm nhanh
- muối và hạt tiêu đen mới xay
- KEBAB CÁ
- 14 oz / 400 g cá tuyết chấm đen hoặc bất kỳ loại phi lê cá trắng nào khác, đã loại bỏ da và xương ghim
- ½ cốc / 30 g vụn bánh mì tươi
- ½ quả trứng thả rông lớn, bị đánh tan
- 2½ muỗng canh / 20 g nụ bạch hoa, xắt nhỏ
- ⅔ oz / 20 g thì là, xắt nhỏ
- 2 củ hành xanh, thái nhỏ
- nạo vỏ của 1 quả chanh
- 1 muỗng canh nước cốt chanh tươi
- ¾ muỗng cà phê thì là
- ½ muỗng cà phê bột nghệ
- ½ muỗng cà phê muối
- ¼ muỗng cà phê tiêu trắng xay

**HƯỚNG DẪN**

a) Bắt đầu với cà tím. Đốt, gọt vỏ và để ráo thịt cà tím theo hướng dẫn trongCà tím cháy với tỏi, chanh và hạt lựucông thức. Sau khi ráo nước, băm nhỏ thịt và cho vào tô trộn. Thêm sữa chua, tỏi, rau mùi tây, 1 thìa cà phê muối và nhiều hạt tiêu đen. Để qua một bên.

b) Cắt cá thành những lát rất mỏng, chỉ dày khoảng ⅙ inch / 2 mm. Cắt các lát thành những viên xúc xắc nhỏ và cho vào một bát trộn vừa. Thêm các thành phần còn lại và khuấy đều. Làm ẩm tay và nặn hỗn hợp thành 12 miếng chả hoặc ngón tay, khoảng

1½ oz / 45 g mỗi miếng. Xếp ra đĩa, dùng màng bọc thực phẩm bọc lại và để trong tủ lạnh ít nhất 30 phút.

c) Đổ đủ dầu vào chảo để tạo thành một lớp màng mỏng ở đáy và đặt trên lửa vừa và cao. Nấu thịt nướng theo mẻ từ 4 đến 6 phút cho mỗi mẻ, lật cho đến khi có màu ở tất cả các mặt và chín đều.

d) Phục vụ thịt nướng khi còn nóng, 3 cái mỗi phần, cùng với cà tím cháy và một ít chanh ngâm (cẩn thận, chanh có xu hướng chiếm ưu thế).

## 84. Cá thu áp chảo với củ dền vàng và salsa cam

Thực hiện: 4 NHƯ NGƯỜI BẮT ĐẦU

**THÀNH PHẦN**

- 1 muỗng canh bột harissa (mua tại cửa hàng hoặcxem công thức)
- 1 muỗng cà phê thì là
- 4 miếng phi lê cá thu (tổng cộng khoảng 9 oz / 260 g), còn da
- 1 củ cải vàng vừa (tổng cộng 3½ oz / 100 g)
- 1 quả cam vừa
- 1 quả chanh nhỏ, cắt đôi theo chiều rộng
- ¼ cốc / 30 g ô liu Kalamata đã rỗ, bổ đôi theo chiều dọc
- ½ củ hành tím nhỏ, thái nhỏ (tổng cộng ¼ cốc / 40 g)
- ¼ cốc / 15 g mùi tây lá phẳng xắt nhỏ
- ½ muỗng cà phê hạt rau mùi, nướng và nghiền nát
- ¾ muỗng cà phê hạt thì là, nướng và nghiền nát
- ½ muỗng cà phê ớt bột ngọt
- ½ muỗng cà phê ớt mảnh
- 1 muỗng canh dầu hạt phỉ hoặc quả óc chó
- ½ muỗng cà phê dầu ô liu
- muối

**HƯỚNG DẪN**

a) Trộn hỗn hợp bột harissa, thì là xay và một chút muối rồi chà hỗn hợp này vào phi lê cá thu. Đặt sang một bên trong tủ lạnh cho đến khi sẵn sàng để nấu ăn.

b) Luộc củ cải đường trong nhiều nước trong khoảng 20 phút (có thể lâu hơn tùy thuộc vào loại củ cải đường), cho đến khi xiên trượt vào dễ dàng. Để nguội, sau đó gọt vỏ, cắt thành hình hạt lựu ¼-inch / 0,5 cm và cho vào bát trộn.

c) Gọt vỏ cam và 1 nửa quả chanh, loại bỏ hết phần cùi bên ngoài rồi cắt làm tư. Loại bỏ phần cùi ở giữa và bất kỳ hạt nào, đồng thời cắt phần thịt thành hình hạt lựu ¼ inch / 0,5 cm. Thêm vào củ cải đường cùng với ô liu, hành tím và rau mùi tây.

d) Trong một bát riêng, trộn đều các loại gia vị, nước cốt của nửa quả chanh còn lại và dầu hạt. Đổ hỗn hợp này lên hỗn hợp củ cải đường và cam, khuấy đều và nêm muối cho vừa ăn. Tốt nhất bạn nên để salsa ở nhiệt độ phòng trong ít nhất 10 phút để tất cả các hương vị hòa quyện vào nhau.

e) Ngay trước khi phục vụ, làm nóng dầu ô liu trong chảo chống dính lớn trên lửa vừa. Đặt mặt da phi lê cá thu úp xuống chảo và nấu, lật một lần trong khoảng 3 phút cho đến khi chín hẳn. Chuyển sang đĩa phục vụ và muỗng salsa lên trên.

## 85. Bánh cá tuyết sốt cà chua

Làm cho: 4

## THÀNH PHẦN

- 3 lát bánh mì trắng, loại bỏ lớp vỏ (tổng cộng khoảng 2 oz / 60 g)
- 1⅓ lb / 600 g phi lê cá tuyết, cá bơn, cá tuyết hoặc cá minh thái, đã loại bỏ da và xương ghim
- 1 củ hành vừa, thái nhỏ (tổng cộng khoảng 1 chén / 150 g)
- 4 tép tỏi, đập dập
- 1 oz / 30 g mùi tây lá phẳng, thái nhỏ
- 1 oz / 30 g rau mùi, thái nhỏ
- 1 muỗng canh thì là
- 1½ muỗng cà phê muối
- 2 quả trứng thả rông cực lớn, bị đánh đập
- 4 muỗng canh dầu ô liu
- NƯỚC SỐT CÀ CHUA
- 2½ muỗng canh dầu ô liu
- 1½ muỗng cà phê thì là
- ½ muỗng cà phê ớt bột ngọt
- 1 muỗng cà phê rau mùi
- 1 củ hành vừa, xắt nhỏ
- ½ cốc / 125 ml rượu trắng khô
- một quả cà chua xắt nhỏ đóng hộp 14-oz / 400g
- 1 quả ớt đỏ, bỏ hạt và thái nhỏ
- 1 tép tỏi, nghiền nát
- 2 muỗng cà phê đường siêu mịn
- 2 muỗng canh lá bạc hà, xắt nhỏ
- muối và hạt tiêu đen mới xay

## HƯỚNG DẪN

a) Đầu tiên, làm sốt cà chua. Đun nóng dầu ô liu trên lửa vừa trong một cái chảo rất lớn mà bạn có nắp đậy. Thêm gia vị và hành tây và nấu trong 8 đến 10 phút, cho đến khi hành tây mềm hoàn toàn. Thêm rượu và đun nhỏ lửa trong 3 phút. Thêm cà chua, ớt, tỏi, đường, ½ muỗng cà phê muối và một ít hạt tiêu đen. Đun nhỏ lửa trong khoảng 15 phút, cho đến khi khá đặc. Nếm để điều chỉnh gia vị và đặt sang một bên.

b) Trong khi nấu nước sốt, làm chả cá. Cho bánh mì vào máy xay thực phẩm và xay nhuyễn để tạo thành vụn bánh mì. Cắt cá thật nhuyễn và cho vào bát cùng với bánh mì và mọi thứ khác, trừ dầu ô liu. Trộn đều hỗn hợp với nhau, sau đó dùng tay nặn hỗn hợp thành những chiếc bánh nhỏ dày khoảng ¾ inch / 2 cm và đường kính 3¼ inch / 8 cm. Bạn nên có 8 cái bánh. Nếu chúng rất mềm, hãy cho vào tủ lạnh trong 30 phút để chúng cứng lại. (Bạn cũng có thể thêm một ít vụn bánh mì khô vào hỗn hợp, tuy nhiên hãy làm điều này một cách tiết kiệm; bánh cần phải khá ướt.)

c) Đun nóng một nửa dầu ô liu trong chảo trên lửa vừa và cao, cho một nửa số bánh vào và chiên mỗi mặt trong 3 phút cho đến khi có màu đẹp. Lặp lại với số bánh và dầu còn lại.

d) Nhẹ nhàng đặt những chiếc bánh đã nướng cạnh nhau trong nước sốt cà chua; bạn có thể bóp chúng một chút để chúng vừa vặn. Cho lượng nước vừa đủ ngập mặt bánh (khoảng 1 cốc/200ml). Đậy nắp chảo và đun trên lửa rất nhỏ trong 15 đến 20 phút. Tắt lửa và để bánh nguội, không đậy nắp, trong ít nhất 10 phút trước khi dùng khi còn ấm hoặc ở nhiệt độ phòng, rắc bạc hà lên.

# 86. Cá xiên nướng với hawayej & mùi tây

Làm cho: 4 ĐẾN 6

**THÀNH PHẦN**

- 2¼ lb / 1 kg philê cá trắng săn chắc, chẳng hạn như cá monkfish hoặc halibut, đã lột da, bỏ xương và cắt thành khối 1 inch / 2,5cm
- 1 cốc / 50 g mùi tây lá phẳng thái nhỏ
- 2 tép tỏi lớn, nghiền nát
- ½ muỗng cà phê ớt mảnh
- 1 muỗng canh nước cốt chanh tươi
- 2 muỗng canh dầu ô liu
- muối
- chanh nêm, để phục vụ
- 15 đến 18 xiên tre dài, ngâm nước 1 tiếng
- HAWAYEJ GIA VỊ MIX
- 1 muỗng cà phê hạt tiêu đen
- 1 muỗng cà phê hạt rau mùi
- 1½ muỗng cà phê hạt thì là
- 4 cây đinh hương
- ½ muỗng cà phê bạch đậu khấu
- 1½ muỗng cà phê bột nghệ

**HƯỚNG DẪN**

a) Bắt đầu với hỗn hợp hawayej. Cho hạt tiêu, rau mùi, thìa là và đinh hương vào máy xay gia vị hoặc cối và xay cho đến khi nhuyễn mịn. Thêm bột thảo quả và bột nghệ, khuấy đều và chuyển sang một bát trộn lớn.

b) Cho cá, rau mùi tây, tỏi, ớt cắt miếng, nước cốt chanh và 1 thìa cà phê muối vào bát cùng với gia vị hawayej. Trộn đều bằng tay, xoa bóp cá trong hỗn hợp gia vị cho đến khi tất cả các miếng được phủ đều. Đậy nắp bát và lý tưởng nhất là để ướp trong tủ lạnh từ 6 đến 12 giờ. Nếu bạn không thể dành thời gian đó, đừng lo lắng; một giờ cũng sẽ ổn thôi.

c) Đặt chảo nướng có rãnh trên lửa lớn và để khoảng 4 phút cho đến khi nóng. Trong khi đó, luồn các miếng cá vào xiên, mỗi miếng từ 5 đến 6 miếng, đảm bảo chừa khoảng trống giữa các miếng. Chải nhẹ cá với một ít dầu ô liu và đặt các xiên lên vỉ nướng nóng thành 3 đến 4 mẻ để chúng không quá gần nhau. Nướng khoảng 1 phút rưỡi mỗi bên, cho đến khi cá vừa chín tới. Ngoài ra, bạn có thể nấu chúng trên vỉ nướng hoặc dưới vỉ nướng, thời gian nướng mỗi mặt khoảng 2 phút.

d) Phục vụ ngay lập tức với nêm chanh.

## 87. xà lách Fricassee

Làm cho: 4

**THÀNH PHẦN**

- 4 nhánh hương thảo
- 4 lá nguyệt quế
- 3 muỗng canh hạt tiêu đen
- khoảng 1⅔ cốc / 400 ml dầu ô liu nguyên chất
- 10½ oz / 300 g bít tết cá ngừ, một hoặc hai miếng
- 1⅓ lb / 600 g khoai tây Yukon Gold, gọt vỏ và cắt thành miếng ¾ inch / 2cm
- ½ muỗng cà phê bột nghệ
- 5 phi lê cá cơm, xắt nhỏ
- 3 muỗng canh bột harissa (mua tại cửa hàng hoặcxem công thức)
- 4 muỗng canh nụ bạch hoa
- 2 muỗng cà phê vỏ chanh được bảo quản thái nhỏ, (mua ở cửa hàng hoặcxem công thức)
- ½ cốc / 60 g ô liu đen, bỏ hạt và cắt đôi
- 2 muỗng canh nước cốt chanh tươi
- 5 oz / 140 g ớt piquillo được bảo quản (khoảng 5 quả ớt), xé thành dải thô
- 4 quả trứng lớn, luộc chín, bóc vỏ và cắt làm tư
- 2 rau xà lách non (tổng cộng khoảng 5 oz / 140 g), tách lá và xé nhỏ
- ⅔ oz / 20 g mùi tây lá phẳng, nhặt và xé lá
- muối

**HƯỚNG DẪN**

a) Để chuẩn bị món cá ngừ, hãy cho lá hương thảo, lá nguyệt quế và hạt tiêu vào một cái chảo nhỏ và thêm dầu ô liu. Đun nóng dầu ngay dưới điểm sôi, khi các bong bóng nhỏ bắt đầu nổi lên. Cẩn thận thêm cá ngừ (cá ngừ phải được bao phủ hoàn toàn; nếu không, hãy đun nóng thêm dầu và cho vào chảo). Tắt bếp và để sang một bên trong vài giờ, không đậy nắp, sau đó đậy nắp chảo và để trong tủ lạnh ít nhất 24 giờ.

b) Nấu khoai tây với bột nghệ trong nước sôi có nhiều muối trong 10 đến 12 phút cho đến khi chín. Để ráo nước cẩn thận, đảm bảo không để nước nghệ tràn ra ngoài (loại bỏ vết bẩn rất khó!) và cho vào một bát trộn lớn. Trong khi khoai tây vẫn còn nóng, thêm cá cơm, harissa, bạch hoa, chanh bảo quản, ô liu, 6 muỗng canh / 90 ml dầu bảo quản cá ngừ và một ít hạt tiêu từ dầu. Trộn nhẹ nhàng và để nguội.

c) Nhấc cá ngừ ra khỏi phần dầu còn lại, bẻ thành từng miếng vừa ăn và thêm vào món salad. Thêm nước cốt chanh, ớt, trứng, rau diếp và rau mùi tây. Đảo nhẹ nhàng, nếm thử, thêm muối nếu cần và có thể thêm dầu, sau đó dùng.

## 88. Tôm, Sò & Nghêu với Cà chua & Feta

Thực hiện: 4 NHƯ NGƯỜI BẮT ĐẦU

**THÀNH PHẦN**

- 1 chén/ 250ml rượu trắng
- 2¼ lb / 1 kg nghêu, đã làm sạch
- 3 tép tỏi, thái lát mỏng
- 3 muỗng canh dầu ô liu, cộng thêm để hoàn thành
- 3½ chén / 600 g cà chua mận Ý đã gọt vỏ và xắt nhỏ (tươi hoặc đóng hộp)
- 1 muỗng cà phê đường siêu mịn
- 2 muỗng canh oregano xắt nhỏ
- 1 quả chanh
- 7 oz / 200 g tôm sú, bóc vỏ và rút chỉ
- 7 oz / 200 g sò điệp lớn (nếu rất lớn, cắt đôi theo chiều ngang)
- 4 oz / 120 g phô mai feta, chia thành các miếng ¾ inch / 2 cm
- 3 củ hành xanh, thái lát mỏng
- muối và hạt tiêu đen mới xay

**HƯỚNG DẪN**

a) Đặt rượu vào một cái chảo vừa và đun sôi cho đến khi giảm 3/4. Cho nghêu vào, đậy nắp ngay lập tức và nấu ở nhiệt độ cao trong khoảng 2 phút, thỉnh thoảng lắc chảo cho đến khi nghêu mở miệng. Cho ra rây mịn để ráo nước, chắt lấy nước cốt cho vào tô. Loại bỏ những con ngao không mở miệng, sau đó loại bỏ phần còn lại khỏi vỏ của chúng, để lại một ít vỏ của chúng để hoàn thành món ăn, nếu bạn thích.

b) Làm nóng lò ở nhiệt độ 475°F / 240°C.

c) Trong một chảo lớn, phi tỏi trong dầu ô liu trên lửa vừa và cao trong khoảng 1 phút, cho đến khi vàng. Cẩn thận thêm cà chua, nước ngao, đường, lá oregano và một ít muối và hạt tiêu. Cạo 3 dải vỏ chanh, thêm chúng và đun nhỏ lửa trong 20 đến 25 phút, cho đến khi nước sốt đặc lại. Hương vị và thêm muối và hạt tiêu khi cần thiết. Bỏ vỏ chanh.

d) Thêm tôm và sò điệp, khuấy nhẹ và nấu chỉ trong một hoặc hai phút. Cho nghêu đã bóc vỏ vào và chuyển mọi thứ vào một đĩa nhỏ chịu nhiệt. Nhúng miếng feta vào nước sốt và rắc hành lá. Cho một ít nghêu nguyên vỏ lên trên, nếu bạn thích, và cho vào lò nướng từ 3 đến 5 phút, cho đến khi lớp trên có màu một chút và tôm và sò điệp vừa chín tới. Lấy đĩa ra khỏi lò, vắt một ít nước cốt chanh lên trên và kết thúc bằng một giọt dầu ô liu.

## 89. Bít tết cá hồi sốt Chraimeh

Làm cho: 4

## THÀNH PHẦN

- ½ cốc / 110 ml dầu hướng dương
- 3 muỗng canh bột mì đa dụng
- 4 miếng bít tết cá hồi, khoảng 1 lb / 950 g
- 6 tép tỏi, băm nhỏ
- 2 muỗng cà phê ớt bột ngọt
- 1 muỗng canh hạt thì là, nướng khô và mới xay
- 1½ muỗng cà phê thì là
- tròn ¼ muỗng cà phê ớt cayenne
- tròn ¼ muỗng cà phê quế xay
- 1 ớt xanh, xắt nhỏ
- ⅔ cốc / 150 ml nước
- 3 muỗng canh tương cà chua
- 2 muỗng cà phê đường siêu mịn
- 1 quả chanh, cắt thành 4 miếng, cộng với 2 muỗng canh nước cốt chanh tươi
- 2 muỗng canh rau mùi xắt nhỏ
- muối và hạt tiêu đen mới xay

## HƯỚNG DẪN

a) Đun nóng 2 muỗng canh dầu hướng dương trên lửa lớn trong chảo lớn có nắp đậy. Cho bột mì vào một cái bát cạn, nêm thêm muối và hạt tiêu rồi cho cá vào. Lắc bỏ phần bột thừa và áp chảo cá trong một hoặc hai phút ở mỗi bên cho đến khi vàng. Lấy cá ra và lau sạch chảo.

b) Cho tỏi, gia vị, ớt và 2 muỗng canh dầu hướng dương vào máy xay thực phẩm và xay nhuyễn để tạo thành hỗn hợp đặc sệt. Bạn có thể cần thêm một chút dầu để mang mọi thứ lại với nhau.

c) Đổ dầu còn lại vào chảo, đun nóng và thêm bột gia vị. Chỉ xào và xào trong 30 giây để gia vị không bị cháy. Nhanh chóng nhưng cẩn thận (nó có thể phun ra!) Thêm nước và bột cà chua để ngăn gia vị nấu. Đun nhỏ lửa và thêm đường, nước cốt chanh, ¾ muỗng cà phê muối và một ít hạt tiêu. Nêm nếm gia vị.

d) Cho cá vào nước sốt, đun nhỏ lửa, đậy nắp chảo và nấu trong 7 đến 11 phút, tùy thuộc vào kích cỡ của cá, cho đến khi vừa chín. Lấy chảo ra khỏi bếp, mở nắp và để nguội. Phục vụ cá vừa ấm hoặc ở nhiệt độ phòng. Trang trí mỗi khẩu phần với rau mùi và một lát chanh.

## 90. Cá Tẩm Chua Ngọt

Làm cho: 4

**THÀNH PHẦN**

- 3 muỗng canh dầu ô liu
- 2 củ hành vừa, cắt thành lát ⅜ inch / 1 cm (tổng cộng 3 cốc / 350 g)
- 1 muỗng canh hạt rau mùi
- 2 quả ớt (1 đỏ và 1 vàng), bổ đôi theo chiều dọc, bỏ hạt và cắt thành dải rộng ⅜ inch / 1 cm (3 cốc / tổng cộng 300 g)
- 2 tép tỏi, nghiền nát
- 3 lá nguyệt quế
- 1½ muỗng canh bột cà ri
- 3 quả cà chua, xắt nhỏ (tổng cộng 2 cốc / 320 g)
- 2½ muỗng canh đường
- 5 muỗng canh giấm táo
- 1 lb / 500 g cá minh thái, cá tuyết, cá bơn, cá tuyết chấm đen hoặc phi lê cá trắng khác, chia thành 4 miếng bằng nhau
- bột mì đa dụng dày dặn, để phủi bụi
- 2 quả trứng cực lớn, bị đánh đập
- ⅓ chén / 20 g rau mùi xắt nhỏ

muối và hạt tiêu đen mới xay

**HƯỚNG DẪN**

a) Làm nóng lò nướng ở nhiệt độ 375°F / 190°C.

b) Đun nóng 2 muỗng canh dầu ô liu trong chảo rán chịu nhiệt lớn hoặc lò nướng kiểu Hà Lan trên lửa vừa. Thêm hành tây và hạt rau mùi và nấu trong 5 phút, khuấy thường xuyên. Thêm ớt và nấu thêm 10 phút nữa. Thêm tỏi, lá nguyệt quế, bột cà ri và cà chua, nấu thêm 8 phút nữa, thỉnh thoảng khuấy. Thêm đường, giấm, 1½ thìa cà phê muối và một ít hạt tiêu đen và tiếp tục nấu thêm 5 phút nữa.

c) Trong khi đó, đun nóng 1 muỗng canh dầu còn lại trong chảo rán riêng trên lửa vừa và cao. Rắc cá với một ít muối, nhúng vào bột mì, sau đó là trứng và chiên khoảng 3 phút, lật một lần. Chuyển cá sang khăn giấy để thấm dầu thừa, sau đó cho vào chảo cùng với ớt và hành tây, gạt rau sang một bên để cá nằm dưới đáy chảo. Thêm lượng nước vừa đủ để ngâm cá (khoảng 1 cốc/250 ml) trong chất lỏng.

d) Đặt chảo vào lò nướng trong 10 đến 12 phút, cho đến khi cá chín. Lấy ra khỏi lò và để nguội đến nhiệt độ phòng. Bây giờ cá có thể được phục vụ, nhưng nó thực sự ngon hơn sau một hoặc hai ngày trong tủ lạnh. Trước khi phục vụ, nếm thử và thêm muối và hạt tiêu, nếu cần, và trang trí với rau mùi.

# BÁNH MÌ

## 91. Galettes ớt đỏ & trứng nướng

Làm cho: 4

**THÀNH PHẦN**

- 4 quả ớt đỏ vừa, cắt đôi, bỏ hạt và cắt thành dải rộng ⅜ inch / 1 cm
- 3 củ hành tây nhỏ, cắt đôi và cắt thành hình nêm rộng ¾ inch / 2 cm
- 4 nhánh húng tây, lá nhặt và thái nhỏ
- 1½ muỗng cà phê rau mùi
- 1½ muỗng cà phê thì là
- 6 muỗng canh dầu ô liu, cộng thêm để hoàn thành
- 1½ muỗng canh lá mùi tây phẳng, thái nhỏ
- 1½ muỗng canh lá ngò, xắt nhỏ
- 9 oz / 250 g bánh phồng toàn bơ, chất lượng tốt nhất
- 2 muỗng canh / 30 g kem chua
- 4 quả trứng lớn (hoặc 5½ oz / 160 g phô mai feta, vỡ vụn), cùng với 1 quả trứng, đánh nhẹ
- muối và hạt tiêu đen mới xay

**HƯỚNG DẪN**

a) Làm nóng lò ở 400°F / 210°C. Trong một bát lớn, trộn đều ớt, hành tây, lá húng tây, gia vị xay, dầu ô liu và một chút muối. Trải ra chảo rang và nướng trong 35 phút, khuấy vài lần trong khi nấu. Rau phải mềm và ngọt nhưng không quá giòn hoặc có màu nâu vì chúng sẽ nấu lâu hơn. Lấy ra khỏi lò và khuấy một nửa số thảo mộc tươi. Nếm gia vị và đặt sang một bên. Vặn lò nướng lên đến 425°F / 220°C.

b) Trên một bề mặt đã được rắc nhẹ bột mì, cán bột bánh phồng thành hình vuông có kích thước 12 inch / 30 cm, dày khoảng ⅛ inch / 3 mm và cắt thành bốn hình vuông có kích thước 6 inch / 15 cm. Chích các hình vuông bằng một cái nĩa và đặt chúng, cách đều nhau, trên một tấm nướng có lót giấy da. Để yên trong tủ lạnh ít nhất 30 phút.

c) Lấy bánh ngọt ra khỏi tủ lạnh và quét mặt trên và mặt bằng trứng đã đánh bông. Sử dụng thìa bù hoặc mặt sau của thìa, phết 1½ thìa cà phê kem chua lên mỗi ô vuông, để lại đường viền ¼ inch / 0,5cm xung quanh các cạnh. Sắp xếp 3 muỗng canh hỗn hợp hạt tiêu lên trên các ô vuông phủ kem chua, để các đường viền rõ ràng nổi lên. Nên rải khá đều nhưng chừa một khoảng nông ở giữa để sau này đựng trứng.

d) Nướng galettes trong 14 phút. Lấy khay nướng ra khỏi lò và cẩn thận đập một quả trứng vào lỗ ở giữa mỗi chiếc bánh. Quay trở lại lò nướng và nấu thêm 7 phút nữa, cho đến khi trứng vừa chín. Rắc hạt tiêu đen và các loại thảo mộc còn lại và rưới dầu lên trên. Phục vụ cùng một lúc.

## 92. Gạch

Làm cho: 2

## THÀNH PHẦN

- khoảng 1 chén/250ml dầu hướng dương
- 2 hình tròn feuilles de bánh ngọt bằng gạch, đường kính 10 đến 12 inch / 25 đến 30 cm
- 3 muỗng canh rau mùi tây lá phẳng
- 1½ muỗng canh hành lá xắt nhỏ, cả phần xanh và trắng
- 2 quả trứng thả rông lớn
- muối và hạt tiêu đen mới xay

## HƯỚNG DẪN

a) Đổ dầu hướng dương vào một cái chảo vừa; nó sẽ cao khoảng ¾ inch / 2 cm so với các cạnh của chảo. Đặt trên lửa vừa và để cho đến khi dầu nóng. Bạn không muốn nó quá nóng hoặc bánh ngọt sẽ bị cháy trước khi trứng chín; bong bóng nhỏ sẽ bắt đầu nổi lên khi nó đạt đến nhiệt độ thích hợp.

b) Đặt một trong những vòng tròn bánh ngọt bên trong một cái bát cạn. (Bạn có thể dùng miếng lớn hơn nếu không muốn lãng phí nhiều bánh ngọt và cho vào nhiều hơn.) Bạn cần thao tác nhanh để bánh ngọt không bị khô và cứng. Đặt một nửa mùi tây vào giữa hình tròn và rắc một nửa hành lá. Tạo một cái ổ nhỏ để đặt một quả trứng, sau đó cẩn thận đập một quả trứng vào ổ. Rắc thêm muối và hạt tiêu và gấp các mặt của bánh ngọt lại để tạo thành một gói. Bốn nếp gấp sẽ chồng lên nhau để quả trứng được bao bọc hoàn toàn. Bạn không thể bọc kín bánh ngọt, nhưng nếp gấp gọn gàng sẽ giữ được trứng bên trong.

c) Cẩn thận lật ngược gói hàng và nhẹ nhàng đặt nó vào trong dầu, dán kín mặt dưới. Nấu từ 60 đến 90 giây cho mỗi bên, cho đến khi bánh có màu vàng nâu. Lòng trắng trứng phải đông lại và lòng đỏ vẫn chảy nước. Nhấc gói đã chín ra khỏi dầu và đặt giữa khăn giấy để thấm dầu thừa. Giữ ấm trong khi bạn nấu bánh ngọt thứ hai. Phục vụ cả hai bưu kiện cùng một lúc.

## 93. Sfiha hoặc Lahm Bi'ajeen

Làm: GIỚI THIỆU 14 BÁNH

PHỦ BÊN TRÊN THỨC ĂN

**THÀNH PHẦN**

- 9 oz / 250 g thịt cừu xay
- 1 củ hành tây lớn, thái nhỏ (tổng cộng 1 cốc lớn / 180 g)
- 2 quả cà chua vừa, thái nhỏ (1½ cốc / 250 g)
- 3 muỗng canh bột tahini nhẹ
- 1¼ muỗng cà phê muối
- 1 muỗng cà phê bột quế
- 1 muỗng cà phê tiêu xay
- ⅛ muỗng cà phê ớt cayenne
- 1 oz / 25 g rau mùi tây lá phẳng, xắt nhỏ
- 1 muỗng canh nước cốt chanh tươi
- 1 muỗng canh mật lựu
- 1 muỗng canh cây thù du
- 3 muỗng canh / 25 g hạt thông
- 2 quả chanh, cắt thành nêm

BỘT

- 1⅔ cốc / 230 g bột mì
- 1½ muỗng canh sữa bột
- ½ thìa muối
- 1½ muỗng cà phê men khô hoạt tính tăng nhanh
- ½ muỗng cà phê bột nở
- 1 muỗng canh đường
- ½ cốc / 125 ml dầu hướng dương
- 1 quả trứng thả rông lớn
- ½ cốc / 110 ml nước ấm
- dầu ô liu, để đánh răng

**HƯỚNG DẪN**

a) Bắt đầu với bột. Cho bột mì, sữa bột, muối, men, bột nở và đường vào tô trộn lớn. Khuấy đều để trộn, sau đó tạo một cái giếng ở trung tâm. Cho dầu hướng dương và trứng vào giếng, sau đó khuấy đều khi thêm nước. Khi bột kết lại với nhau, chuyển nó ra một bề mặt làm việc và nhào trong 3 phút, cho đến khi đàn hồi và đồng nhất. Cho vào một cái bát, quét một ít dầu ô liu, phủ một chiếc khăn ở nơi ấm áp và để trong 1 giờ, lúc đó bột sẽ nở ra một chút.

b) Trong một bát riêng, dùng tay trộn đều tất cả các nguyên liệu làm topping trừ hạt thông và chanh. Để qua một bên.

c) Làm nóng lò ở nhiệt độ 450°F / 230°C. Dòng một tấm nướng lớn với giấy giấy da.

d) Chia bột đã ủ thành những viên 2 oz / 50g; bạn nên có khoảng 14 quả bóng. Lăn từng quả bóng thành hình tròn có đường kính khoảng 5 inch / 12 cm và dày ⅙ inch / 2 mm. Phết nhẹ từng vòng tròn lên cả hai mặt bằng dầu ô liu và đặt lên khay nướng. Đậy nắp và để tăng trong 15 phút.

e) Dùng thìa chia phần nhân giữa các bánh, dàn đều sao cho bao phủ hết phần bột. Rắc hạt thông. Đặt sang một bên để tăng thêm 15 phút nữa, sau đó cho vào lò nướng trong khoảng 15 phút, cho đến khi vừa chín. Bạn muốn chắc chắn rằng bánh ngọt vừa mới nướng, không nướng quá lâu; mặt trên phải có màu hơi hồng bên trong và bánh có màu vàng ở mặt dưới. Lấy ra khỏi lò và phục vụ ấm hoặc ở nhiệt độ phòng với chanh.

## 94. Ka'ach Bilmalch

Làm: 30 ĐẾN 40 BÁNH QUY

## THÀNH PHẦN

- 4 chén / 500 g bột mì đa dụng, rây mịn
- 6½ muỗng canh / 100 ml dầu hướng dương
- 6½ muỗng canh / 100 g bơ lạt, cắt hạt lựu và để mềm
- 1 muỗng cà phê men khô hoạt tính tăng nhanh
- 1 muỗng cà phê bột nở
- 1 muỗng cà phê đường
- 1½ muỗng cà phê muối
- ½ muỗng cà phê thì là
- 1½ muỗng canh hạt thì là, nướng và nghiền rất nhẹ
- khoảng 6½ muỗng canh / 100 ml nước
- 1 quả trứng gà lớn, bị đánh đập
- 2 muỗng cà phê hạt mè trắng và đen
- NƯỚC chấm
- 1¼ oz / 35 g mùi tây lá phẳng (thân và lá)
- 1 tép tỏi, nghiền nát
- 2 muỗng canh / 25 g bột tahini nhẹ
- ½ cốc / 125 g sữa chua Hy Lạp
- 5 muỗng cà phê/25 ml nước chanh tươi vắt
- chút muối

## HƯỚNG DẪN

a) Làm nóng lò ở 400°F / 200°C. Cho bột đã rây vào tô lớn và tạo một cái giếng ở giữa. Đổ dầu vào giếng, thêm bơ, men nở, bột nở, đường, muối và gia vị, khuấy đều cho đến khi tạo thành một khối bột nhão. Thêm nước dần dần trong khi khuấy cho đến khi bột mịn. Nhào trong vài phút.

b) Dòng một tấm nướng bánh bằng giấy giấy da. Nắn từng miếng bột thành những viên nhỏ, khoảng 1 oz / 25 g mỗi viên. Trên một bề mặt sạch, lăn các quả bóng thành những con rắn dài dày khoảng ⅜ inch / 1 cm và dài từ 5 đến 5½ inch / 12 đến 13 cm. Tạo từng con rắn thành một vòng kín và xếp chúng lên khay nướng, cách nhau khoảng ¾ inch / 2 cm. Chải từng vòng bằng trứng và rắc nhẹ hạt vừng. Để lại bằng chứng trong 30 phút.

c) Nướng bánh quy trong 22 phút, cho đến khi vàng nâu. Để nguội trước khi bảo quản chúng trong lọ sạch hoặc hộp kín. Họ giữ đến 10 ngày.

d) Để làm nước chấm, bạn chỉ cần trộn tất cả các nguyên liệu với nhau để có được một loại nước sốt có màu xanh đồng nhất. Thêm một thìa canh nước nếu nước sốt quá đặc; bạn muốn có một lớp phủ nhất quán đẹp.

## 95. bánh thảo mộc

Làm cho: 4

## THÀNH PHẦN

- 2 muỗng canh dầu ô liu, cộng thêm để phết bánh ngọt
- 1 củ hành tây lớn, thái hạt lựu
- 1 lb / 500 g củ cải Thụy Sĩ, thân và lá thái nhỏ nhưng để riêng
- 5 oz / 150 g cần tây, thái lát mỏng
- 1¾ oz / 50 g hành lá, xắt nhỏ
- 1¾ oz / 50 g rau xà lách
- 1 oz / 30 g mùi tây lá phẳng, xắt nhỏ
- 1 oz / 30 g bạc hà, xắt nhỏ
- ¾ oz / 20 g thì là, xắt nhỏ
- 4 oz / 120 g phô mai anari hoặc ricotta, vụn
- 3½ oz / 100 g phô mai Cheddar lâu năm, nạo
- 2 oz / 60 g phô mai feta, vụn
- nạo vỏ của 1 quả chanh
- 2 quả trứng thả rông lớn
- ⅓ muỗng cà phê muối
- ½ muỗng cà phê tiêu đen mới xay
- ½ muỗng cà phê đường siêu mịn
- 9 oz / 250 g bánh bột lọc

## HƯỚNG DẪN

a) Làm nóng lò ở 400°F / 200°C. Đổ dầu ô liu vào chảo lớn, sâu lòng trên lửa vừa. Thêm hành tây và xào trong 8 phút mà không có màu nâu. Thêm thân củ cải và cần tây và tiếp tục nấu trong 4 phút, thỉnh thoảng khuấy. Thêm lá cải, tăng nhiệt lên mức trung bình cao và khuấy khi nấu trong 4 phút, cho đến khi lá héo. Thêm hành lá, rau arugula và rau thơm và nấu thêm 2 phút nữa. Tắt bếp và chuyển sang một cái chao để làm mát.

b) Khi hỗn hợp đã nguội, vắt càng nhiều nước càng tốt và chuyển vào một cái bát trộn. Thêm ba loại phô mai, vỏ chanh, trứng, muối, hạt tiêu và đường và trộn đều.

c) Trải một tấm bánh filo ra và phết một ít dầu ô liu lên trên. Che bằng một tờ giấy khác và tiếp tục theo cách tương tự cho đến khi bạn có 5 lớp filo được quét dầu, tất cả đều bao phủ một diện tích đủ lớn để lót các mặt và đáy của đĩa bánh 8½ inch / 22 cm, cộng thêm phần thừa để treo trên vành . Lót bánh ngọt vào đĩa bánh, đổ đầy hỗn hợp thảo mộc và gấp phần bánh ngọt thừa lên trên mép của lớp nhân, cắt bớt bánh ngọt nếu cần để tạo đường viền ¾ inch / 2cm.

d) Tạo một bộ 5 lớp filo khác đã quét dầu và đặt chúng lên trên chiếc bánh. Nghiền bánh ngọt một chút để tạo phần trên gợn sóng, không bằng phẳng và cắt các cạnh để nó chỉ bao phủ chiếc bánh. Chải đều với dầu ô liu và nướng trong 40 phút, cho đến khi filo chuyển sang màu nâu vàng đẹp mắt. Lấy ra khỏi lò và phục vụ ấm hoặc ở nhiệt độ phòng.

## 96. Acharuli khachapuri

Làm cho: 6

**THÀNH PHẦN**

BỘT

- 2 chén / 250 g bột bánh mì
- 1½ muỗng cà phê men khô hoạt tính tăng nhanh
- 1 quả trứng gà lớn, bị đánh đập
- ½ cốc / 110 g sữa chua Hy Lạp
- ¼ cốc / 60 ml nước ấm
- ½ muỗng cà phê muối

ĐỔ ĐẦY

- 1½ oz / 40 g phô mai halloumi, cắt thành khối vuông ¼ inch / 0,5cm
- 2 muỗng canh / 20 g phô mai feta vụn
- ¼ cốc / 60 g phô mai ricotta
- ¼ cốc / 60 g phô mai ricotta
- ¼ muỗng cà phê tiêu đen xay
- ⅛ muỗng cà phê muối, cộng thêm để hoàn thành
- ½ muỗng canh cỏ xạ hương xắt nhỏ, cộng thêm để rắc
- ½ muỗng canh za'atar
- nạo vỏ của ½ quả chanh
- 6 quả trứng thả rông lớn
- dầu ô liu, để phục vụ

**HƯỚNG DẪN**

a) Bắt đầu với bột. Rây bột vào một bát trộn lớn và thêm men. Trộn nhẹ. Tạo một cái giếng ở giữa và đổ một nửa quả trứng vào (giữ lại nửa còn lại để phết bánh sau), sữa chua và nước ấm. Rắc muối xung quanh giếng.

b) Bắt đầu khuấy hỗn hợp, thêm một ít nước nếu cần (không nhiều; bột này phải khô), cho đến khi mọi thứ kết hợp với nhau thành một khối bột thô. Chuyển sang một bề mặt làm việc và nhào bằng tay trong 10 phút, cho đến khi bạn có một khối bột mềm, đàn hồi và không dính tay. Cho bột trở lại bát, phủ khăn trà lên và để bột ở nhiệt độ phòng cho đến khi nở gấp đôi, từ 1 đến 1 tiếng rưỡi.

c) Nhào một lần nữa để loại bỏ không khí. Chia bột thành 6 phần bằng nhau và vo tròn từng phần. Đặt trên một bề mặt bột nhẹ, phủ một chiếc khăn và để tăng trong 30 phút.
d) Để chuẩn bị làm nhân bánh, trộn tất cả các nguyên liệu trừ trứng và dầu ô liu rồi khuấy đều. Đặt khay nướng vào lò nướng và làm nóng trước ở nhiệt độ 425°F / 220°C.
e) Trên một bề mặt có nhiều bột mì, cán các viên bột thành hình tròn có đường kính 6½ inch / 16 cm và dày khoảng ⅙ inch / 2 mm. Bạn có thể làm điều này bằng một cây lăn hoặc bằng cách dùng tay kéo căng nó.
f) Múc khoảng 1/6 nhân phô mai vào giữa mỗi hình tròn và dàn nhẹ sang trái và phải sao cho gần chạm đến hai mép của hình tròn. Lấy hai mặt bên phải và bên trái giữa các ngón tay của bạn và véo chúng khi bạn kéo bột ra một chút để tạo ra một chiếc bánh ngọt hình chiếc thuyền thon dài với pho mát ở giữa. Làm thẳng các bức tường bên và cố gắng làm cho chúng cao và rộng ít nhất 1¼ inch / 3 cm để có đủ không gian ở giữa để chứa pho mát cũng như toàn bộ quả trứng sẽ được thêm vào sau này. Kẹp các đầu lại để chúng không bị bung ra trong khi nấu.
g) Chải các cuộn với nửa quả trứng còn lại và đặt chúng lên một tờ giấy da có kích thước bằng tấm nướng bánh của bạn. Rắc một ít lá húng tây lên trên các cuộn. Lấy khay nướng ra khỏi lò, nhanh chóng đặt giấy da và cuộn lên khay rồi đặt khay trở lại lò nướng. Nướng trong 15 phút, cho đến khi các cạnh có màu vàng rám nắng.
h) Lấy khay nướng ra khỏi lò. Đập một quả trứng vào một chiếc cốc nhỏ. Không làm vỡ nó, nhẹ nhàng nhấc lòng đỏ bằng ngón tay của bạn và đặt nó vào giữa một trong các cuộn. Đổ lượng lòng trắng trứng vừa đủ vào, sau đó lặp lại với số trứng và cuộn còn lại. Đừng lo lắng nếu một số lòng trắng trứng tràn ra ngoài; đó là tất cả một phần của sự quyến rũ mộc mạc. Cho chảo trở lại lò nướng và nướng trong 5 phút. Lòng trắng trứng phải đặc và lòng đỏ vẫn còn lỏng. Để nguội trong 5 phút trước khi bạn rưới dầu ô liu, rắc muối và dùng.

## 97. Burekas

Làm: 18 BÁNH BÁNH NHỎ

**THÀNH PHẦN**

- 1 lb / 500 g bánh phồng toàn bơ, chất lượng tốt nhất
- 1 quả trứng gà lớn, bị đánh đập

ĐIỀN RICOTTA

- ¼ cốc / 60 g phô mai
- ¼ cốc / 60 g phô mai ricotta
- ⅔ cốc / 90 phô mai feta vụn
- 2 muỗng cà phê / 10 g bơ lạt, tan chảy

PECORINO ĐIỀN

- 3½ muỗng canh / 50 g phô mai ricotta
- ⅔ cốc / 70 g phô mai pecorino lâu năm bào nhỏ
- ⅓ cốc / 50 g phô mai Cheddar lâu năm bào
- 1 tỏi tây, cắt thành các đoạn dài 2 inch / 5 cm, chần cho đến khi mềm và thái nhỏ (tổng cộng ¾ cốc / 80 g)
- 1 muỗng canh rau mùi tây lá phẳng
- ½ muỗng cà phê tiêu đen mới xay

HẠT GIỐNG

- 1 muỗng cà phê hạt nigella
- 1 muỗng cà phê hạt mè
- 1 muỗng cà phê hạt mù tạt vàng
- 1 muỗng cà phê hạt thì là
- ½ muỗng cà phê ớt mảnh

**HƯỚNG DẪN**

a) Cán bột thành hai hình vuông 12 inch / 30cm, mỗi hình vuông dày ⅛ inch / 3 mm. Đặt các tấm bánh ngọt lên một tấm nướng có lót giấy da — chúng có thể nằm chồng lên nhau, có một tấm giấy da ở giữa — và để trong tủ lạnh trong 1 giờ.

b) Đặt từng bộ nguyên liệu làm nhân vào một bát riêng. Trộn và đặt sang một bên. Trộn tất cả các hạt với nhau trong một cái bát và đặt sang một bên.

c) Cắt từng tấm bánh ngọt thành các ô vuông có kích thước 4 inch / 10 cm; bạn sẽ nhận được tổng cộng 18 ô vuông. Chia đều phần nhân đầu tiên cho một nửa hình vuông, múc nhân vào giữa mỗi hình vuông. Chải hai cạnh liền kề của mỗi hình vuông bằng trứng rồi gấp đôi hình vuông lại để tạo thành hình tam giác. Đẩy hết không khí ra ngoài và chụm chặt hai bên lại với nhau. Bạn muốn ép các cạnh thật tốt để chúng không bị bung ra trong khi nấu. Lặp lại với các ô bánh ngọt còn lại và phần nhân thứ hai. Đặt trên khay nướng có lót giấy da và làm lạnh trong tủ lạnh ít nhất 15 phút để bánh cứng lại. Làm nóng lò ở nhiệt độ 425°F / 220°C.

d) Chải hai cạnh ngắn của mỗi chiếc bánh ngọt bằng trứng và nhúng các cạnh này vào hỗn hợp hạt; chỉ cần một lượng nhỏ hạt, chỉ rộng ⅙ inch / 2 mm, vì chúng khá chiếm ưu thế. Chải mặt trên của mỗi chiếc bánh ngọt với một ít trứng, tránh hạt.

e) Đảm bảo các bánh cách nhau khoảng 1¼ inch / 3 cm. Nướng từ 15 đến 17 phút, cho đến khi vàng nâu khắp mặt. Thưởng thức khi còn nóng hoặc ở nhiệt độ phòng. Nếu một số nhân tràn ra khỏi bánh ngọt trong khi nướng, chỉ cần nhẹ nhàng nhét lại khi chúng đủ nguội để xử lý.

# MÓN TRÁNG MIỆNG

## 98. Xì gà Filo ngọt ngào

Hãng sản xuất: KHOẢNG 12 Xì gà

**THÀNH PHẦN**

- 1 cốc / 80 g hạnh nhân thái lát
- ½ cốc / 60 g quả hồ trăn không muối, cộng thêm, nghiền nhỏ, để trang trí
- 5 muỗng canh nước
- ½ cốc / 80 g đường vani
- 1 quả trứng gà lớn, tách riêng, đánh lòng trắng
- 1 muỗng canh vỏ chanh nạo
- bánh ngọt filo, cắt thành mười hai hình vuông 7½-inch / 18cm
- dầu đậu phộng, để chiên
- ½ cốc / 180 g mật ong chất lượng tốt

**HƯỚNG DẪN**

a) Trong một bộ xử lý thực phẩm, trộn hạnh nhân và quả hồ trăn thành một hỗn hợp nhuyễn. Cho các loại hạt đã xay vào chảo và thêm 4 muỗng canh nước và đường. Nấu trên lửa rất thấp cho đến khi đường tan hết, khoảng 4 phút. Lấy chảo ra khỏi bếp và thêm lòng đỏ trứng và vỏ chanh, khuấy chúng vào hỗn hợp.

b) Đặt 1 tấm bánh ngọt trên một bề mặt sạch sẽ. Trải khoảng 1 muỗng canh hỗn hợp hạt thành một dải mỏng dọc theo mép gần bạn nhất, để trống ¾ inch / 2 cm ở bên trái và bên phải. Gấp hai mặt của miếng dán để giữ cố định ở hai đầu và cuộn ra xa bạn để tạo thành một điếu xì gà nhỏ gọn. Nhét mép trên vào và bịt kín bằng một ít lòng trắng trứng đã đánh bông. Lặp lại với bánh ngọt và làm đầy.

c) Đổ đủ dầu vào chảo để ngập các mặt ¾ inch / 2 cm. Đun nóng dầu trên lửa vừa và cao và chiên xì gà trong 10 giây cho mỗi mặt, cho đến khi vàng.

d) Đặt xì gà lên đĩa có lót khăn giấy và để nguội. Cho mật ong và 1 muỗng canh nước còn lại vào nồi nhỏ và đun sôi. Khi mật ong và nước nóng, nhúng nhẹ điếu xì gà đã nguội vào xi-rô trong một phút và khuấy nhẹ cho đến khi được bao phủ đều. Hủy bỏ và sắp xếp trên một đĩa phục vụ. Rắc hạt dẻ cười nghiền nát và để nguội.

## 99. Ghraybeh

Làm: KHOẢNG 45 BÁNH QUY

## THÀNH PHẦN

- ¾ chén cộng với 2 muỗng canh / 200 g ghee hoặc bơ đã làm trong, lấy từ tủ lạnh để nó đặc lại
- ⅔ cốc / 70 g đường bánh kẹo
- 3 chén / 370 g bột mì đa dụng, rây mịn
- ½ muỗng cà phê muối
- 4 muỗng cà phê nước hoa cam
- 2½ muỗng cà phê nước hoa hồng
- khoảng 5 muỗng canh / 30 g hạt dẻ cười không muối

## HƯỚNG DẪN

a) Trong một máy trộn đứng được trang bị phần đính kèm roi, đánh kem ghee và đường bánh kẹo với nhau trong 5 phút, cho đến khi bông, kem và có màu nhạt. Thay que đánh bằng phụ kiện máy đánh trứng, thêm bột mì, muối, nước hoa cam và nước hoa hồng, trộn đều trong 3 đến 4 phút cho đến khi tạo thành một khối bột mịn, đồng nhất. Bọc bột trong bọc nhựa và làm lạnh trong 1 giờ.

b) Làm nóng lò ở 350°F / 180°C. Nặn một miếng bột, nặng khoảng ½ oz / 15 g, và vo thành viên tròn giữa hai lòng bàn tay. Làm phẳng nó một chút và đặt trên một tấm nướng có lót giấy da. Lặp lại với phần bột còn lại, sắp xếp bánh quy trên các tấm lót và đặt chúng cách xa nhau. Nhấn 1 quả hồ trăn vào giữa mỗi cookie.

c) Nướng trong 17 phút, đảm bảo rằng bánh quy không có bất kỳ màu nào mà chỉ cần nấu chín. Lấy ra khỏi lò và để nguội hoàn toàn. Bảo quản bánh quy trong hộp kín tối đa 5 ngày.

## 100. Mutabbaq

Làm cho: 6

**THÀNH PHẦN**

- ⅔ cốc / 130 g bơ lạt, tan chảy
- 14 tờ bột giấy, 12 x 15½ inch / 31 x 39 cm
- 2 cốc / 500 g phô mai ricotta
- 9 oz / 250 g phô mai sữa dê mềm
- quả hồ trăn không muối nghiền nát, để trang trí (tùy chọn)
- SYRÚP
- 6 muỗng canh / 90 ml nước
- tròn 1⅓ cốc / 280 g đường siêu mịn
- 3 muỗng canh nước cốt chanh tươi

## HƯỚNG DẪN

a) Làm nóng lò nướng đến 450°F / 230°C. Phết một ít bơ tan chảy lên khay nướng có viền nông khoảng 11 x 14½ inch / 28 x 37 cm. Trải một tấm filo lên trên, nhét nó vào các góc và để các cạnh rủ xuống. Quét bơ lên khắp bề mặt, phủ một tờ giấy khác lên trên và phết lại bơ. Lặp lại quy trình cho đến khi bạn có 7 tờ xếp chồng lên nhau đều nhau, mỗi tờ được phết bơ.

b) Cho phô mai ricotta và sữa dê vào tô và dùng nĩa nghiền nhuyễn, trộn đều. Trải khắp tấm filo trên cùng, chừa lại ¾ inch / 2 cm xung quanh mép. Phết bơ lên bề mặt pho mát và phủ 7 tờ filo còn lại lên trên, lần lượt phết bơ lên từng tờ.

c) Dùng kéo cắt bớt mép khoảng ¾ inch / 2 cm nhưng không chạm đến phô mai để phô mai vẫn được bọc kín bên trong bánh ngọt. Sử dụng ngón tay của bạn để nhẹ nhàng nhét các cạnh filo bên dưới bánh ngọt để đạt được một cạnh gọn gàng. Chải thêm bơ khắp nơi. Sử dụng một con dao sắc để cắt bề mặt thành những ô vuông có kích thước khoảng 2¾ inch / 7cm, sao cho con dao gần như chạm tới đáy nhưng không hoàn toàn. Nướng trong 25 đến 27 phút, cho đến khi vàng và giòn.

d) Trong khi nướng bánh ngọt, chuẩn bị xi-rô. Cho nước và đường vào một cái nồi nhỏ và trộn đều bằng thìa gỗ. Đặt trên lửa vừa, đun sôi, thêm nước cốt chanh và đun nhỏ lửa trong 2 phút. Loại bỏ nhiệt.

e) Từ từ đổ xi-rô lên bánh ngọt ngay khi bạn lấy bánh ra khỏi lò, đảm bảo xi-rô ngấm đều. Để nguội trong 10 phút. Rắc hạt dẻ cười nghiền nát, nếu sử dụng, và cắt thành nhiều phần.

# PHẦN KẾT LUẬN

Chúc mừng bạn đã hoàn thành Sách nấu toàn diện jerusalem! Chúng tôi hy vọng cuốn sách dạy nấu ăn này đã mang đến cho bạn cảm nhận về truyền thống ẩm thực đa dạng và phong phú của Jerusalem, đồng thời truyền cảm hứng cho bạn khám phá nền ẩm thực độc đáo của thành phố.

Với 100 công thức nấu ăn đầy hương vị, kèm theo hình ảnh đầy màu sắc và những câu chuyện từ người dân địa phương cũng như các chuyên gia ẩm thực, chúng tôi đã cố gắng làm cho cuốn sách nấu ăn này trở nên toàn diện nhất có thể. Cho dù bạn là người hâm mộ các món ăn truyền thống của Palestine hay thức ăn đường phố của Israel, chúng tôi hy vọng bạn đã tìm thấy thứ gì đó phù hợp với sở thích của mình.

Cảm ơn bạn đã tham gia cùng chúng tôi trên hành trình ẩm thực này đến trung tâm của Trung Đông. Chúng tôi hy vọng rằng Sách nấu toàn diện jerusalem đã giúp bạn đánh giá cao di sản văn hóa phong phú và truyền thống của Jerusalem thông qua các món ăn ngon của nó. Hãy tận hưởng việc khám phá và thử nghiệm các hương vị cũng như kỹ thuật mà bạn đã học được, và mong rằng căn bếp của bạn sẽ tràn ngập hương vị ẩm thực sôi động của Jerusalem!

www.ingramcontent.com/pod-product-compliance
Lightning Source LLC
LaVergne TN
LVHW011303061026
849535LV00005B/1377